AF578036

കമ്പപ്പോൽ

(novel)

•

**kampappol**

•

pradeep perassanur

•

*first edition*
january 2016

•

*typesetting & published*
chintha publishers, thiruvananthapuram

•

*printed*
repro india ltd, mumbai

•

*cover*
ambeesh kumar

•

*price*
rupees one hundred and twenty only

Rights reserved

---

***വിതരണം***

**ദേശാഭിമാനി ബുക്ക് ഹൗസ്**
H O തിരുവനന്തപുരം–695 035
phone: 0471-2303026, 6063026
www.chinthapublishers.com
chinthapublishers@gmail.com

***ബ്രാഞ്ചുകൾ***

ഹെഡ്ഡാഫീസ് ബ്രാഞ്ച് കുന്നുകുഴി • സ്റ്റാച്യു തിരുവനന്തപുരം • കെ എസ് ആർ ടി സി ബസ് സ്റ്റേഷൻ ആലപ്പുഴ • കെ എസ് ആർ ടി സി ബസ് സ്റ്റേഷൻ എറണാകുളം • മച്ചിങ്ങൽ ലെയ്ൻ തൃശൂർ • ഐ ജി റോഡ് കോഴിക്കോട് • മാവൂർ റോഡ് കോഴിക്കോട് • എൻ ജി ഒ യൂണിയൻ ബിൽഡിങ് കണ്ണൂർ • സെൻട്രൽ ബസ് ടെർമിനൽ കോംപ്ലക്സ് താവക്കര കണ്ണൂർ

---

CO - 2288 / 3782

# കമ്പപ്പോൽ
(നോവൽ)

പ്രദീപ് പേരശ്ശനൂർ

ചിന്ത പബ്ലിഷേഴ്സ്
തിരുവനന്തപുരം-695 035
വില : ₹ 120

## പ്രദീപ് പേരശ്ശന്നൂർ


മലപ്പുറം ജില്ലയിലെ പേരശ്ശന്നൂർ ഗ്രാമത്തിൽ ജനനം. അച്ഛൻ ബാലൻനായർ, അമ്മ വസന്ത. ആനുകാലികങ്ങളിൽ കഥകൾ എഴുതുന്നു. www.pradeepperassannur.blogspot.in എന്ന ശ്രദ്ധേയമായ ബ്ലോഗ് ഉണ്ട്. *പക, നഷ്ടബാല്യം* എന്നിവയാണ് ഇതരകൃതികൾ. *തണൽമരങ്ങൾ* എന്ന കഥയ്ക്ക് റാഫ് പുരസ്കാരം, *പാണ്ഡു* എന്ന കഥയ്ക്ക് ഇതിഹാസകഥാമത്സരസമ്മാനം എന്നിവ ലഭിച്ചിട്ടുണ്ട്.

ഭാര്യ : സ്മിത,

മകൾ : അക്ഷര.

വിലാസം : അക്ഷരം<br>
പേരശ്ശന്നൂർ (പി ഒ)<br>
മലപ്പുറം – 679571

ഫോൺ : 9447536593

e-mail : pradeepperassannur@gmail.com

# പ്രസാധകക്കുറിപ്പ്

**ശ**ശാങ്കപുരം എന്ന ഒരു രാജ്യം. ഏതോ ഒരു കാലം. കമ്പപ്പോൽ എന്ന നിഗൂഢ സംഹിതയ്ക്ക് കീഴ്പ്പെട്ടു നടത്തുന്ന ഭരണം. ആരും ചോദ്യം ചെയ്യാൻ മുതിരുന്നില്ല. രാജാവിനെപ്പോലും തടവറയിലാക്കുന്ന പുരോഹിതവൃന്ദം സൃഷ്ടിക്കുന്ന മായാ പരിവേഷങ്ങൾ. അനാചാരങ്ങളും അന്ധവിശ്വാസങ്ങളും പേറേണ്ടിവരുന്ന ജനത. സ്വന്തം മാതാവിനെ ഭാര്യയാക്കേണ്ടി വന്ന യുവരാജാവിന്റെ സങ്കടങ്ങൾ. അസാധാരണ രചനാ കൗശലം പ്രകടിപ്പിക്കുന്ന നോവൽ. ശശാങ്കപുരവും കമ്പപ്പോൽ എന്ന അലംഘനീയ സംഹിതയും ആധുനിക ഭാരതം എന്ന സങ്കല്പത്തിലേക്കും ചേർത്തുവയ്ക്കാം.

വായനാനുഭവത്തിന്റെ പുത്തൻ തലങ്ങളിലേക്കു കടക്കുന്ന നോവൽ. ഒരു യുവ നോവലിസ്റ്റിന്റെ ശക്തമായ രചന.

**ചിന്ത പബ്ലിഷേഴ്സ്**

# മുഖവുര

**ഈ** നോവലിന്റെ കൈയെഴുത്തുപ്രതി വായിച്ച എന്റെ ഗുരുസ്ഥാനീയൻ ശ്രീ. ചെലവൂർ വേണു ചോദിക്കുകയുണ്ടായി: "ഇത് ചരിത്രമോ പുരാണമോ ഉപജീവിച്ചെഴുതിയതാണോ?" അല്ലെന്ന് ഞാൻ പറഞ്ഞപ്പോൾ അദ്ദേഹം എന്നെ നോക്കി പുഞ്ചിരിച്ചു: "വളരെ റിയലിസ്റ്റിക്കായി തോന്നുന്നു, ഭാവുകങ്ങൾ." അദ്ദേഹത്തിന്റെ ആ വാക്കുകളാണ് എന്റെ പ്രഥമനോവൽ ചിന്തയ്ക്ക് സമർപ്പിക്കാൻ ആത്മവിശ്വാസമേകിയത്.

പ്രസ്ഥാനങ്ങൾ ഉണ്ടാകുന്നതെങ്ങനെയാണ്?

ഞാനൊരുപാട് തലപുകച്ച ചോദ്യമാണത്. പിന്നെ ജീവിതത്തിന്റെ അനിശ്ചിതത്വം, പ്രകൃതിയുടെ ഉദാസീനത! പ്രകൃതി സ്വയം ഒന്നിനും അനുകൂലമാകുന്നില്ല. ഇച്ഛാശക്തികൊണ്ട് മനുഷ്യൻ അനുകൂലമാക്കിയെടുക്കുകയാണ്. അതിനുവേണ്ടി നടത്തുന്ന പരിശ്രമങ്ങൾ, ത്യാഗ–സഹന –സമരങ്ങൾ, അർത്ഥഗർഭമായ പിൻവാങ്ങലുകൾ. ഒടുവിൽ വിജയിക്കുമ്പോൾ– അവൻ കരസ്ഥമാക്കിയ നിധിപോലെ ആദരവർഹിക്കുന്നു അവനിലെ Struggler ഉം. ഇത് ഒരു വ്യക്തിയുടെ കാര്യം. ഇങ്ങനെ ഒരുപാട് വ്യക്തികളിലൂടെ ഒരേ സാധന പരമ്പരയായ്, ചങ്ങലപോലെ നീളുമ്പോൾ ആ ഊർജ്ജം പ്രസ്ഥാനങ്ങൾ സൃഷ്ടിക്കുന്നു. നിലവിലെ ദുർവ്യവസ്ഥിതിയെ അത് തുടച്ചുനീക്കുന്നു. ഈയൊരു ചിന്തയാണ് ഈ നോവലിന്റെ പിറവിക്കു കാരണം.

അനിവാര്യത നോക്കൂ, ഇപ്പോൾ ഒരു മഹാപ്രസ്ഥാനത്തിന്റെ ഭാഗഭാക്കായ ചിന്ത പബ്ലിഷേഴ്സിലൂടെ എന്റെ കൃതി വായനക്കാരിലെത്തുന്നു. അഭിമാനവും ആദരവും തോന്നുന്നു; അതിലേറെ *കമ്പപ്പോൾ* പ്രസിദ്ധീകരിക്കാൻ തെരഞ്ഞെടുത്തതിൽ ചിന്തയോട് നന്ദിയും.

പ്രദീപ് പേരശ്ശനൂർ

# ഭാഗം : ഒന്ന്

**നി**ലാവ് വറ്റിയിരുന്നു.

കോൽവിളക്കിലെ ദീപങ്ങൾ ഒന്നൊഴികെ എല്ലാം കരിന്തിരി കത്തി പൊലിഞ്ഞു. യാമങ്ങളെത്രയോ കഴിഞ്ഞു. നാടും, നഗരവും, കൊട്ടാരവും നിദ്രയിലാണ്ടു. ശശാങ്കപുരത്ത്- അല്ല ലോകത്തുതന്നെ താൻ മാത്രമാണിപ്പോൾ ഉറങ്ങാനാവാതെ തപിച്ച്, വിങ്ങി വിലപിക്കുന്നതെന്ന് അമൃതേശ്വരന് തോന്നി. അസ്ഥിരനായി അയാൾ ശയനയറയുടെ തളത്തിൽ ഭ്രാന്തനെപോലെ തലങ്ങും, വിലങ്ങും നടന്നു. ഇന്നത്തെ പരിഹാരമറിയാത്ത പ്രതിസന്ധിയുടെ കരാളതയ്ക്കു മുമ്പിൽ ഇന്നലത്തെ, അല്ലെങ്കിൽ ഇനി നേരിടാൻ പ്രയാസമെന്ന് കരുതിയിരുന്ന അനിവാര്യതകൾ എത്ര കേവലം; എന്തിന് മരണം പോലും! മരണമെന്നത് എഴുപതിനായിരം കരിന്തേളുകൾ ഒരുമിച്ച് കുത്തിയാലുള്ള വേദനയെന്ന് ഗരുഡപുരാണത്തിൽ പറയുന്നു. അതുപോലും നിസ്സാരമായിപ്പോൾ തോന്നുന്നു. പരിഹാരമാകുമെങ്കിൽ ആ വേദന മരിക്കാതെ അനുഭവിക്കാനും താൻ തയ്യാറാണ്. അല്ലെങ്കിൽ സ്പന്ദിക്കുന്ന സ്വന്തം ഹൃത്തിടം സ്വയം ഛേദിച്ച് പുറത്തിടാം. ആ പാതകം ഏത് ഹത്യക്ക് പ്രായശ്ചിത്തമായാണ് കമ്പപ്പോൽ ഗ്രന്ഥത്തിൽ പറയുന്നത്. വിവേചിക്കാനാവുന്നില്ല. അശക്തനായിരിക്കുന്നു; മനംകൊണ്ടും, ശരീരംകൊണ്ടും.

ആയുധബലംകൊണ്ടും, മതിബലം കൊണ്ടും വെള്ളവും ധാന്യവുമില്ലാത്ത മരുപ്പറമ്പ് പന്തീരായിരം യോജന വിസ്തൃതിയുള്ള മഹാരാജ്യമാക്കിയ വീരന്റെ പതനം വിധിയോ, നിയോഗമോ? വിധിയെന്ന് രാജഗുരു. തനിക്കത് നിയോഗമെന്നും. നിയോഗത്തെ കർമ്മപഥങ്ങൾകൊണ്ട് മാറ്റിമറിക്കാമെന്ന് മനീഷികൾ. പക്ഷേ, വിധി അന്തിമമാണ്. ഭൗതികഫലംകൊണ്ട് തടുക്കാനാവാത്ത ആസന്നപരിണതി.

ഇവിടെ താനൊറ്റയ്ക്കാണ്. മഥിക്കുന്ന സമസ്യയുടെ ദൂരീകരണത്തിന് മുമ്പിൽ വമ്പിച്ച സേനാശേഷിയും, അനേകം രാജ്യങ്ങളുടെ ഉപാധികളില്ലാത്ത മൈത്രിയും, ശ്രേഷ്ഠപണ്ഡിത പിന്തുണയുമുണ്ടായിട്ടും ശശാങ്കപുരനിയുക്തരാജൻ വൈപരീത്യം കൊണ്ട് അബലനായിരിക്കുന്നു. ദേവീ നികുംഭിലാ, കമ്പപ്പോൽ അനുശാസിക്കുന്നത്! രാജഗുരു വ്യാഖ്യാനിക്കുന്നത്!!

ഇരുട്ടിന്റെ ദുരൂഹതയിലേക്ക് അമൃതേശ്വരൻ ജാലകങ്ങൾ മലർക്കെ തുറന്നു. വിളറിയ ആകാശത്ത് നക്ഷത്രങ്ങൾ മങ്ങിയും, ചന്ദ്രൻ നേർത്തുമിരുന്നു. അവിടെ താരസഞ്ചയങ്ങൾക്കിടയിൽ നേത്രങ്ങൾകൊണ്ട് മനനം ചെയ്താൽ പ്രത്യക്ഷമാകുന്ന ദിവ്യനക്ഷത്രം ഇന്നെവിടെ? എനിക്കിന്ന് നിന്റെ പ്രണയം വേണം. നീയെനിക്ക് തന്ന വാക്ക്! ഇതാ ഒരു ദശാസന്ധി, ഇതാ പത്മവ്യൂഹം. അശാന്തതയുടെ അപഹാരത്തിൽ ബന്ധുക്കൾപോലും ഹസ്തങ്ങൾ പിൻവലിക്കും എന്നാണല്ലോ. നീയും ആ ഗണത്തിൽപ്പെട്ടതാണോ? അല്ലെങ്കിൽ എനിക്ക് മുന്നിൽ അവതരിക്കൂ, എനിക്ക് അടയാളങ്ങൾ കാട്ടിത്തരൂ.

കോൽവിളക്കിലെ അവസാനത്തെ തിരിയും കെട്ടു. വിണ്ണിൽ അമ്പിളി പൂർണ്ണമായും ക്ഷയിച്ചു. കടും കറുത്ത ഇരുട്ട്. വെറുപ്പ് തോന്നുന്ന തണുപ്പ്. തിമിരം അമൃതേശ്വരന്റെ കണ്ണുകളിൽനിന്നും ആത്മാവിലേക്ക് പടർന്നു. അയാൾ ശയ്യയിലേക്ക് വീണു.

അശരണന്റെ രോദനം: "ഇല്ല. എനിക്കാവില്ല. അനുശാസനങ്ങളേ, ആചാരങ്ങളേ മാപ്പ്. അമൃതേശ്വരൻ മനുഷ്യനാണ്."

# ഭാഗം : രണ്ട്

ശശാങ്കപുര രാജാവ് ക്രൂരമായി ചിരിച്ചു. തന്ത്രാലോചനാമുറിയിൽ ഉപവിഷ്ടരായ പ്രധാനസചിവനും, മറ്റു മന്ത്രിമാരും ആ ചിരി ഏറ്റുപിടിച്ചു. യുദ്ധത്തിൽ പരാജയപ്പെടാൻ പോകുന്ന അയൽരാജാവായ വിശാരദന്റെ ദൈന്യം ഓർത്തുമാത്രമായിരുന്നില്ല ആ ചിരി. ഇരുപത്തിരണ്ട് വർഷങ്ങൾക്ക് മുമ്പ് ഇതേ രാജ്യവുമായുള്ള യുദ്ധത്തിൽ ഇരു രാജാക്കന്മാർക്കും, ശശാങ്കപുരത്തിന്റെ അന്നത്തെ പ്രധാനസചിവനും മാത്രമറിയാവുന്ന ഒരു രഹസ്യസന്ധിയോർത്തായിരുന്നു രാജാവിന്റെ ചിരി.

മന്ത്രിമാരിലൊരാൾ അരികിൽ വിശാരദത്തിന്റെ ഭൂപടം വരച്ചുവച്ചിരിക്കുന്ന ഫലകത്തിലേക്ക് ചൂണ്ടി പുരോഗതികൾ വിശദീകരിച്ചു:

"മഹേന്ദ്രപർവ്വതം വരെ കീഴടക്കിയാൽ വിശാരദത്തിന്റെ പാതിരാജ്യം നമ്മുടെ അധീനതയിലായിക്കഴിഞ്ഞു. അതിനിനി രണ്ടു ദിനങ്ങൾ തന്നെ ധാരാളം."

കുളമ്പടി ശബ്ദം കേട്ടു. ഒരു ഭടൻ കൊട്ടാരചത്വരത്തിലേക്ക് അതിദ്രുതം കുതിരപ്പുറത്ത് പാഞ്ഞുവരികയാണ്. കിളിവാതിലിലൂടെ നോക്കി പ്രധാനസചിവൻ യുദ്ധഭൂമിയിൽ നിന്ന് ദൂതൻ വരുന്നുണ്ടെന്ന് സ്ഥിരീകരിച്ചു.

രാജാവിന്റെ സന്തോഷം ഇരട്ടിച്ചു. ദൂതനെ കൊണ്ടുവരാൻ മന്ത്രിയോട് കല്പിച്ച് രാജാവ് അക്ഷമയോടെ ഉലാത്തി; വിജയിക്കും എന്ന് പൂർണ്ണ ഉറപ്പുള്ള ഹർഷോന്മാദത്തോടെ. ദൂതുമായി വന്ന ഭടൻ രാജാവിനെ വണങ്ങി സന്ദേശമവതരിപ്പിച്ചു:

"വിശാരദത്തിന്റെ മുഖ്യ സൈന്യാധിപൻ അമൃതേശ്വരരാജകുമാരനാൽ കൊല്ലപ്പെട്ടിരിക്കുന്നു. വിശാരദൻ തോല്‌വി സമ്മതിച്ച് സന്ധിക്ക് തയ്യാറായിരിക്കുന്നു. ശശാങ്കപുരത്തിന് നഷ്ടമായ നാശത്തിനത്രയും സമ്പത്തും, ആണ്ടിൽ മുടങ്ങാതെ കപ്പവും തരാമെന്നാണ് വാഗ്ദാനം.

അങ്ങയുടെ ഹിതമറിയാനായി യുദ്ധം തല്ക്കാലം നിർത്തിവച്ചിരിക്കുന്നു."

മറുപടി പറയാൻ രാജാവിനു അരക്ഷണം കൂടി വേണ്ടിവന്നില്ല:

"യുദ്ധം തുടരാൻ തന്നെ പറയൂ. പാതി വിശാരദം കീഴടക്കുംവരെ ഇനിയും യുദ്ധം. തുടങ്ങിവച്ചതവരായതുകൊണ്ട് എക്കാലവും ഓർമ്മിക്കുന്ന ഒരു ചേതം അവരർഹിക്കുന്നു. യുദ്ധം തീർന്നതിന് ശേഷം മാത്രമിനി സന്ധി സംഭാഷണം."

ദൂതൻ ഉത്തരവുമായി പാഞ്ഞു. രാജാവ് കീഴടക്കപ്പെട്ട വിശാരദത്തിന്റെ ഭൂമികയ്ക്ക് അതിരുകളിട്ട് ധ്വജങ്ങൾ വാഴിക്കാനുള്ള ജോലി പ്രധാനസചിവനെ ഏല്പിച്ച് അവിടെനിന്നും പുറത്തേക്കിറങ്ങി. മറ്റു മന്ത്രിമാർ യുദ്ധാനന്തരം ചെയ്തുതീർക്കേണ്ട കാര്യങ്ങളിലേക്ക് മുഴുകി.

രാജാവിന്റെ ഉള്ളിൽ ഇനി തന്റെ കാൽക്കീഴിൽ മെതിക്കപ്പെടാൻ പോകുന്ന വിശാരദനോടുള്ള വൈരം കത്തിക്കാളുകയായിരുന്നു. പിന്നെ മറ്റൊരാസക്തിയും. അന്ന്...!

ശശാങ്കപുരത്തിന്റെ ചുറ്റളവ് കൂട്ടാൻ അയൽരാജ്യങ്ങളെ ആക്രമിച്ച് കീഴടക്കുന്ന കാലം.  യുദ്ധവീരൻ എന്ന ഖ്യാതിയും, ജനസമ്മതിയും ആവശ്യത്തിലേറെ നേടിക്കഴിഞ്ഞിരുന്നു. വിശാരദനോട് അന്നേ പകയുണ്ട്. അയാളുടെ അതിസുന്ദരിയായ പത്നി സുമംഗലയെ സ്വന്തമാക്കാൻ കഴിയാത്തതിലുള്ള വിരാഗം. തനിക്കും മുമ്പേ വിശാരദൻ സുമംഗലയെ വിവാഹം ചെയ്തു. അസൂയ വൈരമായി വളർന്നു. യുദ്ധത്തിൽ തോറ്റ വിശാരദൻ അനുരഞ്ജനത്തിന് വന്നു. അന്നത്തെ ചെറുരാജ്യമായ ശശാങ്കപുരത്തിന് മുന്നിൽ പാതിരാജ്യം അടിയറവ് വയ്ക്കുക എന്നത് ആഢ്യത്വത്തിലും, ഭൗമവിസ്തൃതിയിലും മേൽകൈയുള്ള വിശാരദന് ചിന്തിക്കാനേ കഴിഞ്ഞില്ല. അയാൾ പറഞ്ഞ ഒരുടമ്പടിക്കും താൻ വഴങ്ങിയില്ല. അവസാനം ഒരു സവിശേഷഘട്ടത്തിൽ മുമ്പ് ചിന്തിച്ചുറപ്പിക്കാതിരുന്നിട്ടും ഗൂഢമായ ആഗ്രഹം പുറത്തു ചാടി. സാദ്ധ്യമെങ്കിൽ മുഴുവൻ സ്ഥലവും വിട്ടുതരാം. മറ്റു ഉപാധികളില്ല. മേലിൽ ആക്രമിക്കില്ലെന്നുറപ്പും. ലുബ്ധനും വക്രബുദ്ധിക്കാരനുമായ വിശാരദന് പത്നിയുടെ ചാരിത്ര്യത്തേക്കാൾ വലുത് രാജ്യം തന്നെയായി. ഇവിടെ ത്യജിച്ചില്ലെങ്കിൽ ചരിത്രം മാപ്പ് തരില്ലയെന്നയാൾ ഭയന്നു.

സുമംഗലയോടൊത്തുള്ള ഒരു രാത്രി. ഉത്തേജകങ്ങൾ സേവിച്ച് ചോർന്നുപോകാത്ത കരുത്തുമായി സുമംഗലയുടെ പൂമേനിയെ കീഴടക്കിയ മറക്കാനാവാത്ത രാവ്. അനർഹമായ സമ്പത്ത് കീഴ്പ്പെടുത്തി അനുഭവിക്കുമ്പോൾ കെട്ടുപൊട്ടിച്ച കാട്ടാളന്റെ വൈകൃതങ്ങൾ – എന്നെന്നും ഓർമ്മിക്കാൻ അവളുടെ സമൃദ്ധികളിൽ ദന്തക്ഷതമേല്പിച്ച് രസിക്കുമ്പോൾ ജരാനരാദികളേല്ക്കാത്ത അമരൻമാരെ സ്വപ്നം കണ്ടു; മോഹിച്ചു. രാവവസാനിക്കരുതേയെന്ന് തീവ്രമായി പ്രാർത്ഥിച്ചു.

വിശാരദന് എന്തുകൊണ്ട് രാജ്യം തിരികെ കൊടുത്തു?

സ്വന്തം രാജ്യത്തെ ബോദ്ധ്യപ്പെടുത്താൻ സത്യം പറയാനാകാതെ കുഴങ്ങി.

ഇന്നിപ്പോൾ വർഷങ്ങൾക്ക് ശേഷം പ്രതികാരംപോലെ വിശാരദൻ ഇങ്ങോട്ടാക്രമിച്ചിരിക്കുന്നു. വിഡ്ഢി! നില മറന്ന് ആപത്ത് സ്വയം വിളിച്ചു വരുത്തിയ അവിവേകി.

കാലവും, സാഹചര്യവുമെല്ലാം മാറിക്കഴിഞ്ഞു. ശരിതന്നെ. എങ്കിലും ഒരു സാദ്ധ്യത വീണ്ടും സംജാതമായിരിക്കുന്നു.

സമാസമം വിജയത്തിന്റെയും, കാമത്തിന്റെയും പാപസുഖം രാജാവിനെ പൊതിഞ്ഞു. അതൊരസുലഭ രസക്കൂട്ടുകൾ പോലെയായിരുന്നു. ആലോചിക്കുന്തോറും അവിശുദ്ധമായ അനുരാഗം മദ്ധ്യവയസ്സ് പിന്നിട്ടിട്ടും രാജാവിൽ രൂഢമൂലമായി.

## രണ്ട്

**സ**ന്ധ്യ.

അമൃതേശ്വരനും, സേനാപതിയും പിറ്റേന്ന് യുദ്ധഭൂമിയിൽ പ്രാവർത്തികമാക്കേണ്ട തന്ത്രങ്ങൾ പങ്കുവച്ച് നടക്കുകയായിരുന്നു. കാറ്റടിച്ചു. ശിബിരങ്ങൾക്ക് പിന്നിലെ വനപ്രദേശത്ത് നിന്ന് യുദ്ധത്തിൽ മരണപ്പെട്ടവരുടെ ജഡങ്ങൾ കൂട്ടിയിട്ട് കത്തിക്കുന്ന രൂക്ഷഗന്ധം അവരുടെ നാസാരന്ധ്രങ്ങളിലേക്കിരച്ചു കയറി. സ്ഥലികളിൽ നിന്ന് ചണ്ഡാളന്മാർ പെറുക്കിക്കൂട്ടാൻ മറന്ന ഒരു മൃതവികൃതകളേബരം മരിച്ചിട്ടും തീരാത്ത പക പോലെ അമൃതേശ്വരനെ തുറിച്ചുനോക്കി. അയാളസ്വസ്ഥനായി. യുദ്ധം ഇന്നലെയോടെ അവസാനിപ്പിക്കാമെന്നാണ് കരുതിയിരുന്നത്. പക്ഷേ, പിതാവിന്റെ ആജ്ഞ, അടിയറവ് പറഞ്ഞ വിശാരദനെ വീണ്ടും ആക്രമിക്കാൻ. അടുത്ത രാജകല്പന വരുംവരെ ഇനിയും യുദ്ധം. താനാദ്യമായി നയിച്ച ജയം സുനിശ്ചിതമായ രണം.

സേനാപതി ആയുധപ്പുരയിലേക്കും, അമൃതേശ്വരൻ പ്രധാനശിബിരത്തിനകത്തേക്കും പിരിഞ്ഞു. ശിബിരത്തിനകത്ത് രാജവൈദ്യൻ യുദ്ധത്തിൽ മുറിവു പറ്റിയ ഭടൻമാരെ ചികിത്സിക്കുകയായിരുന്നു. മാറിലെ മുറിവിൽ മരുന്ന് നനച്ചപ്പോൾ അസഹ്യമായ നീറ്റലിൽ ഒരു ഭടൻ രോദനമടക്കി.

“വിഷം പുരട്ടിയ ആയുധങ്ങളാണ് ശത്രുക്കളുപയോഗിക്കുന്നത്. അതുകൊണ്ട് ചെറിയ മുറിവുകൾ പോലും മാരകമാവുന്നു.”

വൈദ്യനത് സൂചിപ്പിച്ചപ്പോൾ അമൃതേശ്വരൻ പറഞ്ഞു:

“ധാർമ്മികത എന്തെന്നറിയാത്ത വിശാരദനിൽ നിന്ന് യുദ്ധമര്യാദകൾ പ്രതീക്ഷിക്കേണ്ടതില്ല. അതുകൊണ്ടു കൂടിയായിരിക്കും പിതാവയാളോട് ചില കടുത്ത നിലപാടുകൾ പുലർത്തുന്നതും.”

തന്റെ സാമീപ്യം സൈനികരുടെ വീര്യം വളർത്തുന്നു എന്ന് അമൃതേശ്വരനറിയാമായിരുന്നു. സൈന്യാധിപന്റെ നേതൃത്വത്തിൽ ചെറുസംഘങ്ങളായി പിരിഞ്ഞ് യുദ്ധം ചെയ്യുമ്പോഴും തന്റെ ഇടംവലം കാക്കാൻ പടയാളികൾ മത്സരിക്കുന്നു. അത് രാജകുമാരൻ എന്ന നിലയിൽ താനർ

ഹിക്കുന്ന പരിഗണനയാണെങ്കിലും. ഭടൻമാർ തന്നെ നേരിട്ട് പറഞ്ഞിട്ടുണ്ട്. രാജാവിന് മുന്നിൽ അടുക്കാനാവാത്ത വിധം ഔപചാരികതകളുടെയും, ഭയാദരങ്ങളുടെയും പരിചയാണുള്ളതെങ്കിൽ രാജകുമാരന് മുന്നിൽ സൗഹൃദത്തിന്റെയും, സമഭാവത്തിന്റെയും സുതാര്യതയാണുള്ളത്.

വൈദ്യൻ പുതുതായി തയ്യാറാക്കിയെടുത്ത ഔഷധത്തെപ്പറ്റി പറഞ്ഞു. യുദ്ധത്തിൽ പങ്കെടുക്കുന്ന എല്ലാ പടയാളികൾക്കും മുമ്പേ സേവിക്കാം. എങ്കിൽ മുറിവ് പറ്റിയാലും വിഷമേൽക്കില്ല.

അമൃതേശ്വരൻ മറ്റൊരു ശിബിരത്തിലേക്ക് കയറി. അവിടെ കൂടുതൽ യുദ്ധങ്ങളിൽ പങ്കെടുത്ത് അനുഭവപരിചയമുള്ള 'തമ്പൻ' എന്ന ഭടൻ ചെറുപ്പക്കാരായ പോരാളികളോട് മുൻകാലയുദ്ധഗാഥകൾ പറയുകയായിരുന്നു. അമൃതേശ്വരനെ കണ്ടപ്പോൾ അവരെല്ലാവരും ബഹുമാനത്തോടെ എണീറ്റു. കഥകൾ കേൾക്കാൻ തനിക്കും താല്പര്യമുണ്ട് എന്ന് പറഞ്ഞപ്പോൾ തമ്പൻ വീണ്ടും പറയാൻ തുടങ്ങി.

രാജാവിന്റെ ഇഷ്ടപ്പെട്ട പോരാളികളിലൊരാളായിരുന്നു തമ്പൻ. പല യുദ്ധത്തിലും അദ്ദേഹത്തോടൊപ്പം പങ്കെടുത്തിട്ടുണ്ട്. വെറും ആയിരം പടയാളികളുമൊത്ത് രാജാവ് ആദ്യയുദ്ധം നടത്തിയപ്പോൾ ആ സംഘത്തിൽ തമ്പനുമുണ്ടായിരുന്നു. യുദ്ധത്തിനൊരു രീതിശാസ്ത്രമുണ്ട്. ഒരിക്കൽ അസാദ്ധ്യമായതൊന്ന് വിജയിച്ചാൽ കാര്യങ്ങൾ എളുപ്പമായി. പിന്നെ ജയം തുടർന്നുകൊണ്ടിരിക്കും. ശത്രുവിനോട് മാത്രമല്ല എല്ലാം അലങ്കോലപ്പെടുത്താൻ പിറവിവാസനയുള്ള പ്രകൃതിയോടുംകൂടിയാണ് പോര്. മുന്നിലെ ശത്രുവിനെ മാത്രമേ അധികം പേരും കാണൂ. അനുകൂലമാക്കിയെടുക്കേണ്ട സമയത്തെക്കുറിച്ച് ബോധമില്ലാത്തവർ, അകക്കണ്ണ് തുറക്കാൻ കഴിയാത്തവർ പരാജയപ്പെട്ടുപോകുന്നു. എപ്പോഴും.

യുദ്ധത്തിൽ മാത്രമല്ല, ജീവിതത്തിലെ സമസ്തസന്ധാരണത്തിനും നിദാനം ഇതുതന്നെയെന്ന് അമൃതേശ്വരനോർത്തു. തമ്പൻ പ്രായാധിക്യത്താൽ ഒരുപക്ഷേ, താൻ പങ്കെടുക്കുന്ന അവസാനത്തെ യുദ്ധം ഇതായിരിക്കുമെന്ന് വൈകാരികമായി പറഞ്ഞു. അതുപറയുമ്പോൾ തമ്പന്റെ വാക്കുകളിൽ അഭിമാനം നിറഞ്ഞു. ഒരു യോദ്ധാവ് ജീവിതസായംകാലം വരെ തന്റെ പ്രാണൻ പിടിച്ചു നിർത്തുക എന്നു വച്ചാൽ കഴിവു മാത്രമല്ല അയാൾ ദൈവാനുഗ്രഹംകൂടി പേറുന്നവൻ എന്നാണർത്ഥം. പിന്നീടുള്ള കാലം സമൂഹത്തിൽ അയാൾക്കൊരു വിലയും നിലയുമുണ്ട്. അയാൾ ബഹുമാനിക്കപ്പെടുന്നു. തമ്പനൊപ്പം യുദ്ധം ചെയ്ത ആദ്യയോദ്ധാക്കളധികവും ഇന്നില്ല. ഭൂരിഭാഗവും മരണപ്പെട്ടു. ചിലർ യുദ്ധം ഭയന്ന് പലായനം ചെയ്തു. ശത്രു സൈന്യത്തിന്റെ തടവിലകപ്പെട്ടവരുമുണ്ട്. അത്തരക്കാരിലധികവും അടിമകളും, ഷണ്ഡീകരിക്കപ്പെട്ട് അന്തഃപുരസ്ത്രീകളുടെ നിശാകാവല്ക്കാരുമായി. ഉയരങ്ങൾ താണ്ടി മന്ത്രിപദമേറിയവരുമുണ്ട്. തമ്പനിപ്പോഴും മണ്ണിൽ തന്നെ നില്ക്കുന്നു; വിനീതദാസനായി.

തമ്പൻ കഥ തുടരുകയായിരുന്നു. അപ്പോൾ അമൃതേശ്വരനെ

കാണാൻ ഒരു സ്ത്രീ വന്നിരിക്കുന്നുവെന്ന് ഭടൻ വന്നറിയിച്ചു. അത്ഭുതം തോന്നി–പടപ്പാളയത്തിലേക്ക് ഒരു സ്ത്രീ! അതും അസമയത്ത്.

“ആരാണവൾ?”

“അറിയില്ല. കുമാരനോട് മാത്രമേ വെളിപ്പെടുത്തൂ എന്ന പറഞ്ഞു.”

ഭടനോടൊപ്പം അമൃതേശ്വരൻ പുറത്തേക്കിറങ്ങി. മുഖ്യശിബിരത്തിലെ കമാനത്തിനരുകിൽ രഥവും ചില രൂപങ്ങളും. സന്ധ്യ കനത്തു കഴിഞ്ഞതിനാൽ ആരൊക്കെയാണെന്ന് വ്യക്തമല്ല. അമൃതേശ്വരൻ അവർക്കരുകിലേക്ക് ചെന്നു. മൂന്നു സ്ത്രീകൾ! മദ്ധ്യവയസ്സിനോടടുത്ത നല്ല മുഖകാന്തിയുള്ളവൾ മംഗളം പറഞ്ഞു സ്വയം പരിചയപ്പെടുത്തി:

“സുമംഗല, വിശാരദത്തിന്റെ രാജ്ഞി.”

അവർക്ക് ഒറ്റയ്ക്ക് സംസാരിക്കാനെന്നോണം തോഴിമാരൊഴിഞ്ഞ് രഥത്തിനരുകിലേക്ക് പോയി.

അമൃതേശ്വരൻ പ്രതിവന്ദനം നടത്തി.

“ഞാൻ രമ്യതയ്ക്ക് വേണ്ടി സംസാരിക്കാൻ വന്നതാണ്.” സുമംഗല പറഞ്ഞു.

“മഹാനായ വിശാരദൻ രമ്യതയ്ക്ക് വേണ്ടി രാത്രി സ്ത്രീകളെയാണോ അയക്കാറ്.” അമൃതേശ്വരൻ പരിഹസിച്ചു. “അതോ ഇത് മറ്റൊരു ചതിപ്രയോഗമോ? വിഷം പുരട്ടിയ ആയുധമുപയോഗിക്കുക. സന്ധി പറയാൻ നിർത്തി അവിചാരിതമായി ആക്രമിക്കുക. ഇതൊക്കെയാണല്ലോ ലീലാവിലാസങ്ങൾ.”

“ഞാൻ അദ്ദേഹത്തിന്റെ അറിവോടെ വന്നതല്ല.”

“പിന്നെ! രാജ്ഞിയാണോ വിശാരദം ഭരിക്കുന്നത്.”

“ഒരവിവേകത്തിന്റെ അനന്തരഫലമാണിപ്പോൾ അദ്ദേഹം അനുഭവിക്കുന്നത്. സമ്മതിച്ചു. തോല്‌വി അംഗീകരിക്കുന്നു. നിങ്ങൾക്ക് സേനാനഷ്ടത്തിന് തുല്യമായ സമ്പത്തു തരാം. ആക്രമണം നിർത്തണം. അപേക്ഷയാണ്.”

“ഇത് മുമ്പ് പറഞ്ഞ സന്ധിയുടെ ആവർത്തനമല്ലേ. പുതുമയെന്തുണ്ട്. പിന്നെ ആൾനഷ്ടം ഞങ്ങൾക്ക് ശതത്തിനും താഴെയാണ്.”

“പിന്നെയെന്തിന് മടിക്കണം. യുദ്ധം അവസാനിപ്പിച്ചുകൂടേ. നിരപരാധികളാണ് ബലിയാടുകളാകുന്നതെന്ന് ഓർക്കണം. സൈനികബലം കൊണ്ടും, അധിനിവേശം കൊണ്ടും താല്ക്കാലികമായി നിങ്ങൾ വിജയിക്കാം. പക്ഷേ, യുദ്ധത്തിൽ ഇരുപക്ഷവും വിജയിക്കുന്നില്ലായെന്നാണ് ആപ്തവാക്യം. കേട്ടിട്ടില്ലേ?”

“താങ്കൾ വേദാന്തവും, തത്ത്വചിന്തയും സമർത്ഥമായി പറയുന്നു. കഴിയുമെങ്കിൽ അതൊരല്പം ഭർത്താവിന് കൂടി പകർന്ന് കൊടുക്കൂ. ഇരുട്ട് പിടിച്ച മതിമണ്ഡലങ്ങളിലേക്ക് വെളിച്ചം കടക്കട്ടെ.”

അമൃതേശ്വരൻ തുടർന്നു:“ വൈകി വന്ന വിവേകംകൊണ്ടിനി കാര്യമില്ല. രാത്രിയാകാൻ നില്ക്കേണ്ട മടങ്ങിക്കോളൂ.‘വൈശാഖിവംശ’ത്തിന്റെ കൊടിക്കൂറ ഇനി അതിരുകളെ ഉല്ലംഘിക്കും എന്നുകൂടി അറിയിച്ചേക്കൂ.”

അമൃതേശ്വരനെ വാക്‌വൈഭവംകൊണ്ട് മാറ്റപ്പെടുത്താൻ കഴിയില്ലായെന്ന ബോദ്ധ്യത്തോടെ സുമംഗല കുറച്ചു നേരം കൂടി നിന്നു. മടങ്ങാൻ നേരം ഇത്രകൂടി പറഞ്ഞു:

"നീയെനിക്ക് പുത്രനെപ്പോലെയാണ്. അതുകൊണ്ടാണ് ഞാൻ... സമയം അപഹരിച്ചതിന് മാപ്പ്. ശാസ്ത്രവും, നിയമങ്ങളും ഓരോ രാജ്യത്തിനും വിഭിന്നമാണ്. വൈരുദ്ധ്യങ്ങളുണ്ടാകുന്നതും അതിനാൽ തന്നെ."

രാജ്ഞിയും ദാസിമാരും മറഞ്ഞു. അമൃതേശ്വരൻ ഇരുട്ടിൽ തന്നെ നിന്നു. അവർ അവസാനം പറഞ്ഞ മുനയുള്ള വാക്കുകൾ അയാളുടെ ഉള്ളിലെവിടെയോ കൊണ്ടു. ഒരു സ്ത്രീയാണെന്ന് പരിഗണിക്കാതെ ഇത്രയധികം കടുത്ത് സംസാരിക്കരുതായിരുന്നുവെന്ന് തോന്നി. അവർ പ്രതിനിധീകരിക്കുന്നത് വിശാരദനെയാണെങ്കിലും. അതയാളിൽ ആത്മനിന്ദ നിറച്ചു.

അമൃതേശ്വരൻ പാളയത്തിലേക്ക് നടന്നു. ചുടലയിൽനിന്നും യുദ്ധത്തിൽ മരിച്ചവരുടെ ശവാവശിഷ്ടങ്ങൾക്ക് വേണ്ടി പോരടിക്കുന്ന ഹിംസ്ര മൃഗങ്ങളുടെ ദുരശബ്ദങ്ങളുയർന്നു.

## മൂന്ന്

**നി**ലാവിന് സുഗന്ധം കൂടിയുണ്ടായിരുന്നെങ്കിലെന്ന് രാജാവ് വ്യാമോഹിച്ചു. എങ്കിൽ നിലാവിന്റെ ഗന്ധം മുല്ലപ്പൂവിന്റേതായിരിക്കും. ലജ്ജാലുവായ നിലാവിന്റെ വെൺമയ്ക്ക് മറ്റെന്ത് ഗന്ധമാണുചിതമാകുക. മഴപെയ്യുന്നത് നൊമ്പരമായി തോന്നുമ്പോൾ നിലാവ് വഴിയുന്നത് ഗീതം പൊഴിയാൻ വെമ്പി നില്ക്കുന്ന മനസ്സിന്റെ ലോലതയിലേക്കാണ്. മഴയ്ക്ക് ശാസിതാവിന്റെ വാത്സല്യഭാവമാണുള്ളതെങ്കിൽ നിലാവിന് കാമുകിയുടെ പ്രണയഭാവം. നിലാവ് വീഴട്ടെ സർവ്വസ്വവും.

നൂപുരങ്ങളുടെ കിലുക്കം. രാജാവ് തിരിഞ്ഞു നോക്കി. രാജ്ഞി ഉത്തരീയമില്ലാതെ സുതാര്യമായ രാവസ്ത്രമണിഞ്ഞ് കിടപ്പറയിലേക്ക് വരുന്നു. അവർ തേൻ പുരട്ടി ചവർപ്പ് മാറ്റിയ ഞാവൽപ്പഴങ്ങളുള്ള തളിക രാജാവിന് നേരെ നീട്ടി. ആ നില്പ് അവരുടെ ചാരുതയെ മുഴുവൻ ആവാഹിച്ച വശ്യമായൊരു നടനമുദ്രപോലെ തോന്നിച്ചു. രാജ്ഞി മുടി നെറുകയിലേക്ക് ഉയർത്തികെട്ടിയിരിക്കുന്നു. അരക്കെട്ടിൽ മുത്തുകൾ പതിപ്പിച്ച പടിയരഞ്ഞാണമണിഞ്ഞിരുന്നു. അതൊരാഭരണത്തേക്കാൾ അപ്സരശോഭയുള്ള അവരുടെ ദേഹത്തെ ചേലപോലെ തോന്നിച്ചു. രാജാവ് അത്ഭുതപ്പെട്ടു. വിശേഷാവസരങ്ങളിൽ താനാവശ്യപ്പെട്ടിരുന്നത്. താനിന്ന് വികാരവിവശനെന്ന് രാജ്ഞി എങ്ങനെയറിഞ്ഞു?

മുമ്പത്തെപ്പോലെയല്ല. രാജ്ഞിയുടെ ആവേശവും, വ്യത്യസ്തമായ മനോഭാവവും ഉൽക്കണ്ഠ ഉണർത്തുന്നു.

ശരീരം വിയർത്ത് ഇണയുടെ കരവലയത്തിൽ തളർന്ന് കിടക്കു

മ്പോൾ നൈരാശ്യം പടരുന്നു.

ഭോഗാലസ്യം താളം നിലച്ച പുഴപോലെയാണ്. കുറച്ചു സമയം, കുറച്ച് സമയത്തേക്ക് മാത്രം. പിന്നെ വീണ്ടും പ്രയാണമാരംഭിക്കുന്നു. നിഷ്കളങ്കത നഷ്ടപ്പെട്ടു തുടങ്ങുന്നു.

രാജാവ് ചെവിയോർത്തു. കുതിരക്കുളമ്പടികൾ, ആയുധങ്ങൾ വായുവിൽ പുളയുന്ന സീൽക്കാരങ്ങൾ, പോർവിളികൾ.......! എവിടെ നിന്ന് ? ബോധവാനാകുന്നു, മറ്റെങ്ങും നിന്നല്ല സ്വന്തം ഹൃദയത്തിൽ തന്നെ. യുദ്ധതൃഷ്ണയുണർന്ന രാജാവെഴുന്നേറ്റു. അദ്ദേഹം മട്ടുപ്പാവിലേക്ക് നടന്നു. രജതം കൊണ്ട് പണിത പ്രവേശനകവാടത്തിന് മീതെ വ്യാളീമുഖം പതിച്ച ഇനിയും ദുരവറ്റാത്ത വൈശാഖിവംശത്തിന്റെ കൊടിമരം വിറയ്ക്കുന്നു. വിജനമായ പാതയോരത്ത് ഇരുട്ടിലും മുഖം മറച്ച് നിരനിരയായ് നിന്ന രൂപങ്ങൾ ചിരിക്കുന്നു. ചിരിയുടെ ശബ്ദം കേൾക്കാം. മുഖമെവിടെ? വ്യക്തമാവുന്നു. മുഖം മറച്ചതല്ല. അത് കബന്ധങ്ങളാണ്. അബോധപ്രേരണയിൽ രാജാവിന്റെ കൈ ഒരായുധത്തിനായി പരതി. അദ്ദേഹത്തിന്റെ അടക്കാനാവാത്ത ആത്മദാഹത്തിന്റെ അസ്വസ്ഥത കണ്ട് രാജ്ഞി ചോദിച്ചു:

“എന്തുപറ്റി.”

“നാളെ ഞാൻ യുദ്ധം ചെയ്യാൻ പോകുന്നു.”

“അങ്ങെന്തിന് പോകുന്നു. ഈ യുദ്ധം നിസ്സാരമെന്ന് അങ്ങുതന്നെയല്ലേ പറഞ്ഞത്.”

“യുദ്ധം ചെയ്യാനെനിക്ക് അഭിവാഞ്ഛ തോന്നുന്നു. ഒരു വ്യാഴവട്ടമെങ്കിലുമായില്ലേ ഞാനായുധമെടുത്തിട്ട്. ക്ലാവ് പിടിച്ച വെങ്കലംപോലെ എന്റെ വൈദഗ്ദ്ധ്യം മുരടിക്കുന്നു.”

“ലോകം അറിയപ്പെടുന്ന യുദ്ധവീരനാണങ്ങ്. ഈ ചെറുയുദ്ധത്തിൽ പങ്കെടുത്താൽ അങ്ങയുടെ മാത്രമല്ല നമ്മുടെ പുത്രന്റെ ശ്രേയസ്സിനെയും അത് ബാധിക്കും. ഒരുവേള വാർദ്ധക്യത്തിൽ പിതാവിനെകൊണ്ടായുധമെടുപ്പിച്ചു എന്ന അപഖ്യാതിക്കും അത് കാരണമാകും.”

താനൊരു വൃദ്ധനായി എന്ന രാജ്ഞിയുടെ പരാമർശം രാജാവിനെ ചൊടിപ്പിച്ചു. തന്നേക്കാൾ ഇരുപത് വയസ്സിന് ഇളപ്പമുണ്ട് എന്നത് ഇടയ്ക്കിടെ ഓർമ്മിപ്പിക്കുന്നത് ഇപ്പോൾ രാജ്ഞിയുടെ വിനോദമായി തീർന്നിരിക്കുന്നു.

സ്വന്തം വാക്കുകൾ ഭർത്താവിനെ വേദനിപ്പിച്ചു എന്ന് മനസ്സിലാക്കിയ രാജ്ഞി അദ്ദേഹത്തെ അനുനയിപ്പിക്കാൻ ശ്രമിച്ചു:

“മറ്റൊന്നുംകൊണ്ടല്ല ഞാൻ...”

രാജാവ് സ്തംഭങ്ങളിലേക്ക് കൈയൂന്നി മൂകനായി നിന്നു. പിന്നെ താൻ പിന്നിട്ട ചോര നനഞ്ഞ മണ്ണിൽ മനസ്സിനെ മേയാൻ വിട്ട് ദൃക്സാക്ഷിയെപ്പോലെ പറഞ്ഞു:

“ഞാനധികാരമേല്ക്കുമ്പോൾ ഈ രാജ്യം ഇക്കാണുന്നതിന്റെ പത്തിലൊന്നുപോലുമില്ലാത്ത മലമ്പ്രദേശമായിരുന്നു. പിന്നെയെല്ലാം

ഞാൻ കൈയൂക്ക് കൊണ്ടുണ്ടാക്കിയതാണ്. എന്റെ മാത്രം കഴിവല്ല. നമ്മുടെ കുലഗ്രന്ഥം– കമ്പപ്പോലിന്റെ ശക്തിയും, നികുംഭിലയുടെ അനുഗ്രഹവും."

"എനിക്കെന്നെങ്കിലും കമ്പപ്പോൽ പാരായണം ചെയ്യാൻ കഴിയുമോ?" രാജ്ഞി ജിജ്ഞാസുവായി.

"അറിയില്ലേ സ്ത്രീസ്പർശം നിഷിദ്ധമാണ്."

"ചില പ്രത്യേക സാഹചര്യങ്ങളിൽ ആവാമെന്ന് അങ്ങുതന്നെയൊരിക്കൽ...?"

രാജാവ് അതിന് മറുപടി പറഞ്ഞില്ല. തുടർന്ന് സംസാരിക്കാൻ താല്പര്യമില്ലാത്തവിധം മറ്റൊരു കാര്യത്തിലേക്കാണ് അദ്ദേഹം കടന്നത്.

"ഈ യുദ്ധം കഴിഞ്ഞാൽ നികുംഭിലാദേവിക്ക് ഗജമേധം നടത്തണം."

അത്ഭുതത്തേക്കാൾ ഭയമാണ് രാജ്ഞിക്ക് തോന്നിയത്!

"ആനയെ ബലിനല്കുമോ? വിചിത്രമായി തോന്നുന്നു."

"പൂർവ്വികർക്കാർക്കും അതിന് കഴിഞ്ഞിട്ടില്ല. ആനയെ മേധം ചെയ്യാൻ അർഹതപ്പെട്ട അതിനായി ജനിച്ച അപൂർവ്വമായ ഒരു ഋഷിയെ കണ്ടെത്തണം. എന്റെ കാലത്ത് ഗജമേധം നടത്തിയെന്നത് തലമുറകൾക്ക് ശേഷവും എന്നെ അനശ്വരനാക്കും..."

രാജാവ് പിന്നീട് പറഞ്ഞതൊന്നും രാജ്ഞി കേട്ടില്ല.

അവരുടെ മനസ്സിൽ പിടഞ്ഞമറുന്ന ഒരു മദഗജം ദുഃസ്വപ്നമായ് വളർന്നു. വലിയ കൊമ്പുകൾ കുലുക്കി തന്നെ മേധം ചെയ്യാനായി ജനിച്ച നാരായമേന്തിയ പൂണൂലിടാത്ത ബ്രാഹ്മണനെ നോക്കി അത് നിസ്സഹായതയുടെ ചിന്നം വിളിച്ചു.

ഭാവനയിലെ ബ്രാഹ്മണനോട് രാജ്ഞിക്ക് ആരാധന തോന്നി.

## നാല്

**യു**ദ്ധം കൊടുമ്പിരി കൊണ്ടിരുന്നു. പരാജയം ഉറപ്പാണെങ്കിലും അവശേഷിക്കുന്ന ഭൂമി വിട്ടുകൊടുക്കില്ല എന്ന ദൃഢചിത്തതയോടെ വിശാരദത്തിന്റെ പോരാളികൾ വീറും, വാശിയോടും പൊരുതി. പതിവിന് വിപരീതമായി സഹഭടന്റെ ഓരോ പതനവും അവരെ കൂടുതൽ ആത്മാർത്ഥതയുള്ളവരാക്കി.

ആയുധം സ്വന്തം ദേഹത്തെ ഒരവയവംപോലെ അമൃതേശ്വരന്റെ കൈകളിൽ കിടന്ന് പുളഞ്ഞു. അയാൾ സ്വന്തം പടയാളികളെ പ്രചോദിപ്പിച്ചുകൊണ്ടിരുന്നു:

"മുന്നോട്ട്, മുന്നോട്ട്..."

മുൻദിവസങ്ങളേക്കാൾ ശത്രുക്കളുടെ ചെറുത്തുനില്പ് വർദ്ധിച്ചിരിക്കുന്നുവെന്ന് ബോദ്ധ്യമായപ്പോൾ അമൃതേശ്വരൻ മാറ്റപ്പെടുത്തേണ്ട മുന്നേറ്റതന്ത്രങ്ങളെ കുറിച്ചോർത്ത് പാർശ്വങ്ങളിലൂടെ സൈന്യാധിപന് നേരെ കുതിരയെ പായിച്ചു.

പന്ത്രണ്ടു വർഷങ്ങൾക്ക് ശേഷം ആദ്യമായി ശശാങ്കപുരരാജാവിന്റെ രഥം രണഭൂമിയിലേക്ക് വന്നു നിന്നു. രാജാവ് വന്നപ്പോൾ ഭടൻമാർ അഭിവന്ദ്യാരവം മുഴക്കി. രാജാവ് യുദ്ധം നിരീക്ഷിക്കുമ്പോൾ പ്രധാനസചിവൻ രാജാവിനരുകിലേക്ക് വന്നു. അയാൾ ദൂരേക്ക് ചൂണ്ടി സ്ഥിതിഗതികൾ വിവരിച്ചു:

"ആ പർവ്വതമാണ് നമ്മൾ നിശ്ചയിച്ചിരുന്ന അതിർത്തി. ഏതാനും സമയത്തിനുള്ളിൽ നമുക്കത് കീഴ്പ്പെടുത്താനാവുമെന്നുറപ്പാണ്. ശത്രുക്കളുടെ തന്ത്രപ്രധാനമായ മേഖലയാണത്."

രാജാവ് പുഞ്ചിരിച്ചു:

"അതുകൊണ്ടുകൂടിയാണ് അവിടംവരെ ആക്രമണം തുടരണമെന്ന് നിഷ്കർഷിച്ചത്. ആ പർവ്വതമാണ് വിശാരദത്തിന്റെ കണ്ണ്. അവർക്കവിടെ കൂടാരങ്ങളും, നിരീക്ഷകരുമുണ്ട്."

തമ്പന്റെ നേതൃത്വത്തിൽ കീഴടക്കപ്പെട്ട വിശാരദത്തിന്റെ ഒരു കൂട്ടം സൈനികരെ കൈകൾ പിന്നോക്കം ബന്ധിച്ച് ശിബിരത്തിലേക്ക് കൊണ്ടുവരികയായിരുന്നു. ആട്ടിത്തെളിച്ച് കൊണ്ടുപോകുമ്പോൾ പ്രതിഷേധിച്ച ചിലരെ തമ്പൻ വാളുകൊണ്ട് മുറിപ്പെടുത്താതെ തല്ലി. രാജാവിന്റെ രഥവും കടന്ന് മുന്നോട്ടു പോയ അവരിൽ അസാമാന്യ കായബലമുള്ള ഒരുവൻ തിരിഞ്ഞുനിന്ന് രാജാവിന് നേരെ ചീറി:

"രാജാവേ, നിങ്ങൾ യുദ്ധം ചെയ്യാൻ വന്ന് അവസരമില്ലാതെ നില്ക്കുകയാണെന്ന് തോന്നുന്നു. നിങ്ങൾ ധീരനാണെന്ന് കേട്ടിട്ടുണ്ട്. കഴിയുമെങ്കിൽ എന്നോട് യുദ്ധം ചെയ്യ്. ഏതായുധത്തിനും ഞാൻ തയ്യാർ."

രാജാവ് പ്രധാന സചിവനോട് തിരക്കി:

"ആരാണവൻ? "

" സുബലൻ. വിശാരദൻ അടിമക്കൂട്ടത്തിൽനിന്ന് രക്ഷിച്ച് പേരും പദവിയും നല്കിയതാണ്. ആ കൂറാണവൻ പ്രകടിപ്പിക്കുന്നത്."

അവന്റെ ജല്പനം അവഗണിച്ച് രാജാവ് യുദ്ധം വീക്ഷിക്കുന്നത് തുടർന്നു. തമ്പൻ അവനെ മുന്നോട്ട് തള്ളി. വേച്ചുപോയ സുബലൻ തമ്പനെ തലകൊണ്ടിടിച്ചുവീഴ്ത്തി പറഞ്ഞു:

"ഇത്ര ഭീരുവോ ശശാങ്കരാജൻ. ഞാനിതാ വെല്ലുവിളിക്കുന്നു. എന്നോട് യുദ്ധം ചെയ്യ്. എന്നെ വീഴ്ത്തിയേ നിങ്ങളീ യുദ്ധത്തിൽ വിജയിക്കൂ."

പ്രഹരം പോലുള്ള അവന്റെ വാക്കുകൾ!

ആൾക്കൂട്ടത്തിനിടയിൽ രാജാവിന്റെ അഭിമാനം നൊന്തു. അദ്ദേഹം വിളിച്ചു പറഞ്ഞു:

"അവനെ വിട്."

ഭടന്മാരുടെ പിടിയയഞ്ഞു.

"അവന്റെ കെട്ടുകളഴിക്ക്."

കല്പന കേട്ട് ഭടന്മാർ പകച്ചു. രാജാവ് തുടർന്നു:

"ഉം."

തമ്പൻ സുബലനെ സ്വതന്ത്രനാക്കി: ജൃംഭിച്ച മാറിടമിളക്കി സുബലൻ ക്രൂരമായി ചിരിച്ചു:

"സഭാഷ് രാജൻ സഭാഷ്."

സുബലൻ രാജാവിന്റെ മുന്നിലെത്തി. രാജാവ് രഥത്തിൽ നിന്ന് ഒരു വാളെടുത്ത് നിരായുധനായ അവന് എറിഞ്ഞുകൊടുത്തു. ശേഷം തന്റെ വാളുറയിൽനിന്ന് വജ്രത്തിന്റെ ഖഡ്ഗം വലിച്ചൂരി. സൂര്യപ്രഭയേറ്റ് ഉടവാൾ വിളങ്ങി. രാജാവ് പ്രൗഢിയോടെ തേർത്തട്ടിൽനിന്നും താഴേക്കിറങ്ങി. തമ്പൻ അവർക്കിടയിലേക്ക് ഓടിവന്ന് അദ്ദേഹത്തോട് പറഞ്ഞു:

"വേണ്ട രാജൻ, ഇവനെ തൊട്ട് അങ്ങയുടെ കൈകൾ അശുദ്ധമാക്കേണ്ട. ഞാനിപ്പോൾ തന്നെ ഇവനെ തീർക്കാം."

രാജാവ് മന്ദഹസിച്ചു:

"അവൻ വെല്ലുവിളിച്ചത് എന്നെയാണ്. ഇനിയൊരിക്കലും ഒരു രാജാവിനെയും ഇവനപമാനിക്കരുത്. തമ്പൻ മാറുക."

പ്രധാനസചിവനും രംഗത്തെത്തി:

"അങ്ങ് വൃഥാവ്യായാമം ചെയ്യേണ്ടതുണ്ടോ? അവനെ എനിക്ക് വിട്ടുതരൂ."

രാജാവ് നോട്ടംകൊണ്ട് പ്രധാന സചിവനെയും വിലക്കി. രാജാവിന്റെയും, സുബലന്റെയും ചുറ്റും ഇരുപക്ഷത്തെയും കാഴ്ചക്കാരുടെ സംഘം രൂപപ്പെട്ടു. ആകാംക്ഷയോടും, കൗതുകത്തോടും അതിലുപരി മുൻവിധിയോടും അവർ പോരാളികളെ നോക്കി.

രാജാവും, സുബലനും കണ്ണുകൾകൊണ്ടു കോർത്തു. നോട്ടംകൊണ്ട് ജയിക്കുന്നവനാണ് മുൻതൂക്കം. അതുണ്ടായില്ല. സുബലൻ വെട്ടിത്തിരിഞ്ഞ് രാജാവിന്റെ വലം വാരിയിലേക്ക് വാൾ വീശി. അഹങ്കാരത്തിന്റെ അനൗചിത്യത്തിന് ഗാംഭീര്യത്തിന്റെ പ്രതിബന്ധം. വാൾത്തലപ്പുകളുടെ ശബ്ദത്തിലും അത് പ്രതിഫലിച്ചു. സുബലൻ ആക്രമണത്തിലും, രാജാവ് പ്രതിരോധത്തിലും നിന്നു. രാജാവ് കണക്ക് കൂട്ടിയിരുന്നു. ശത്രു ആക്രമിച്ച് തളരട്ടെ. കുറെ പ്രഹരങ്ങൾ ഒരുമിച്ച് പാഴാകുമ്പോൾ അവൻ മാനസികമായൊന്ന് പതറും. അപ്പോൾ ഹൃദയത്തിലേക്ക് മാരകമായൊരു നീട്ട്. ഒരേയൊരു നീട്ട്. തന്റെ ഔന്നത്യത്തിനനുസരിച്ച് വളരെ നിസ്സാരമായവനെ തീർക്കണം. പക്ഷേ, സുബലന്റെ കൈവേഗവും, മെയ്വഴക്കവും രാജാവിനെ ആശ്ചര്യപ്പെടുത്തി. രാജാവ് അടവ് മാറ്റി. ചലനംകൊണ്ടും, കൺഭാവംകൊണ്ടും നെഞ്ചകത്തിന് താഴേക്കാണെന്ന വ്യാജേന ആയുധം സുബലന്റെ കഴുത്തിലേക്കു നീണ്ടു. ഒരു നൂൽവണ്ണത്തിന്റെ കിഴിവിൽ രാജാവിന്റെ വാൾ മർമ്മരത്തോടെ സുബലന്റെ കഴുത്തിനരികിലൂടെ കടന്നുപോയി. പാഴായ ആദ്യത്തെ ഉന്മാദം. തന്റെ നീക്കം മുന്നറിഞ്ഞ സുബലൻ സാധാരണക്കാരനല്ലെന്ന് രാജാവിന് ബോദ്ധ്യമായി. ഇവൻ തനിക്കൊത്ത എതിരാളി തന്നെ. രാജാവിന്റെ മേൽക്കൈ സമനിലയിലേക്ക് ഒതുങ്ങി.

ചുറ്റും കാഴ്ചക്കാരുടെ വലയം കനത്തു. ജയിക്കാൻ രാജാവിന് വ്യഗ്രതയേറി. സുബലനെ എത്രയും പെട്ടെന്ന് അവസാനിപ്പിക്കണം. ഇപ്പോൾ തന്നെ സമയം അതിക്രമിച്ചിരിക്കുന്നു. വെറുമൊരു ഭടൻ തന്റെ മുന്നിൽ ഇത്രയും നേരം പിടിച്ചു നില്ക്കുക. അതനുവദിച്ചുകൂടാ! രാജാവ് ആക്രമണത്തിന്റെ വേഗത കൂട്ടി. മറ്റൊരു പ്രധാനശ്രമം കൂടി നിഷ്പ്രഭ മായി. പന്ത്രണ്ട് വർഷങ്ങൾക്കിപ്പുറം മനസ്സിന്റെ വേഗത്തിനനുസരിച്ച് ആയുധമെത്തുന്നില്ലേ എന്നദ്ദേഹം ശങ്കിച്ചു. സുബലൻ പ്രതിരോധത്തിന്റെ വിടവുകൾക്കിടയിൽ കിതപ്പു മാറ്റുന്നു. അതവനിലുടലെടുത്ത ആത്മവി ശ്വാസത്തിന്റെ ലക്ഷണമാണ്. ക്ഷണികമായൊരു അശ്രദ്ധ. ശിരസ്സ് ഛേദി ക്കാനാഞ്ഞ സുബലന്റെ വാൾചലനം നോക്കി ഒഴിഞ്ഞുമാറാൻ ഒരുമാത്ര വൈകി. കിരീടത്തിൽ തട്ടിയത് വിഫലമായി. രാജാവിന്റെ ശിരസ്സിൽ നിന്നും കിരീടം തെറിച്ചുപോയി. അപ്പോൾ താൻ വിവസ്ത്രനായതുപോലെ അദ്ദേഹത്തിന് തോന്നി. പദവിന്യാസം തെറ്റി രാജാവ് നിലത്തേക്ക് വീണു. തൽക്ഷണം ആയുധമാഞ്ഞ സുബലന് നേരെ പ്രധാനസചിവനും, ഭടന്മാരും ചാടിവീണു. സുബലൻ ചിരിച്ചു. പരിഹാസത്തിന്റെ ചിരി:

“എഴുന്നേല്ക്ക് രാജൻ എഴുന്നേല്ക്ക്.”

യുദ്ധക്കളത്തിൽനിന്നും കാര്യങ്ങൾ കേട്ടറിഞ്ഞ് അമൃതേശ്വരൻ അപ്പോഴേക്കും അവിടേക്ക് പാഞ്ഞെത്തി. തന്റെ, രക്തം പുരണ്ട വാൾ ചുഴറ്റി രക്തബന്ധത്തിന്റെ സഹജചോദനയുണർന്നയാൾ ഗർജ്ജിച്ചു:

“എന്നോട്, എന്നോട് യുദ്ധം ചെയ്യ്...”

“നിനക്കും അവസരമുണ്ട്. ആദ്യം രാജാവ്. പിന്നെ നീ.” സുബലന്റെ പടവിളി.

സുബലന്റെ കൈകൾ ബന്ധിക്കാൻ ശ്രമിക്കുന്ന സൈനികരോടും, അമൃതേശ്വരനോടും രാജാവിന്റെ താൻ പുലർത്തേണ്ട സാന്ദർഭികമര്യാദ യുടെ ആജ്ഞ:

“അവൻ പറഞ്ഞത് ന്യായം. യുദ്ധം ഞങ്ങൾ തമ്മിൽ, അവനെ വിടു ക. ഇതെന്റെ കല്പന.”

അവർ വീണ്ടും യുദ്ധമാരംഭിച്ചു.

നാഴികകൾ കഴിഞ്ഞു. ഇരുവരും ജയിച്ചില്ല. സാഹചര്യത്തിന്റെയും സ്ഥാനമാനങ്ങളുടെയും, സമ്മർദ്ദം തനിക്ക് മീതെ ഇരുട്ടുപോലെ കന ക്കുന്നത് രാജാവറിഞ്ഞു. പ്രതീക്ഷയുടെയും, നിലനില്പിന്റെയും അധി കഭാരമില്ലാത്ത സുബലൻ സ്വതന്ത്രനാണ്. ജയിച്ചാലും തോറ്റാലും അവന് മരണം. അതവന്റെ ശേഷി വർദ്ധിപ്പിക്കുന്നു. സകലശക്തിയും ഒരേ ബിന്ദു വിൽ കേന്ദ്രീകരിക്കാൻ കഴിയുന്നു. തന്റെ മേലുള്ള അവന്റെ വിജയം അനശ്വരതയിലേക്കുള്ളതാണ്. അവന്റെ മേൽ തനിക്കുള്ള ജയം ഇതഃപര്യന്തമായ തന്റെ ശ്രേയസ്സിന്റെ പൊൻകിരീടത്തിലെ ഒരു മുത്തു മണിപോലുമാകുന്നില്ല. പക്ഷേ, പരാജയമോ...! അതാലോചിച്ചപ്പോൾ തളർച്ച ബാധിക്കുന്നത് രാജാവറിഞ്ഞു. എന്താണ് സംഭവിച്ചത്? ഇതിന് മുമ്പ് തനിക്ക് കിട്ടിയിരുന്ന എതിരാളികൾ നിസ്സാരരായിരുന്നോ! പ്രായവും

കാലവും നോക്കാതെ രണഭൂമിയിലേക്കിറങ്ങി പുറപ്പെട്ടത് ജീവിതത്തിലെ ആദ്യത്തെ പിഴവ്. സുബലനോട് നേർക്കുന്നേർ യുദ്ധം ചെയ്ത് അവനെ വധിക്കാൻ യൗവനത്തിന്റെ പിൻബലമുള്ള അമൃതേശ്വരനും, സൈന്യാധിപനും കഴിയും. എന്നിട്ടും അവന്റെ വെല്ലുവിളി ഏറ്റെടുത്ത് ഒറ്റയ്ക്ക് യുദ്ധം ചെയ്യാനിറങ്ങിയത് അതിലും വലിയ തെറ്റ്. തന്നിലെ യോദ്ധാവ് ചഞ്ചലപ്പെട്ടു കഴിഞ്ഞെന്ന് രാജാവിന് മനസ്സിലായി. ഏകപക്ഷീയമായി ഇനി യുദ്ധമവസാനിപ്പിക്കാൻ നിവൃത്തിയില്ല. അത് തോല്‌വിക്ക് സമമാണ്.

എത്ര ഉന്നതശ്രേണിയിലിരിക്കുന്ന ആളാണെങ്കിലും നിയതിയുടെ നിർണ്ണായകനിമിഷങ്ങളിൽ മനുഷ്യൻ ദുർബ്ബലനാണ്. തൊട്ടരുകിൽ തന്റെ പരസഹസ്രം പടയാളികളും, ശക്തരായ സൈന്യാധിപനും, സ്വന്തം മകനുമുണ്ടായിട്ടും അവരെ ഉപയോഗപ്പെടുത്താനാവാതെ രാജാവ് നിസ്സഹായനായി. അപമാനം മരണത്തേക്കാൾ വലിയ ഭയമായി തന്നെ ആവേശിച്ചപ്പോൾ രാജാവ് മോഹിച്ചു. ദ്വന്ദ്വയുദ്ധം നിർത്താൻ അപ്രതീക്ഷിതമായ എന്തെങ്കിലും സംഭവമുണ്ടായിരുന്നെങ്കിൽ? അല്ലെങ്കിൽ മുമ്പത്തെപ്പോലെ ആരെങ്കിലും ഇടയ്ക്ക് കയറി സുബലനെ തടഞ്ഞിരുന്നെങ്കിൽ...പഴയ യുദ്ധവീരൻ അകമെ യാചിച്ചു– മകനെ നീയെങ്കിലും അച്ഛന്റെ അന്തഃരംഗത്തിന്റെ ഭാഷ മനസ്സിലാക്കൂ. കാലം തളർത്തിയ ധീരന്റെ ഭീതി അവർക്കാർക്കും മനസ്സിലായില്ല. അനങ്ങാനാവാത്ത വിധം വിധിയുടെ അപ്രതിരോധ്യ നിമിഷങ്ങളിൽ നിബന്ധിതരായിരുന്നു അവരെല്ലാവരും.

ഒരു മിന്നൽ!

വിധി പ്രാവർത്തികമായിരിക്കുന്നു! ഒരാർത്തനാദം. സ്വന്തം നാഭീനാളത്തിലേക്ക് കയറി മറുപുറം കണ്ട വാൾ സുബലൻ അട്ടഹസിച്ച് തിരിച്ചൂരിയപ്പോഴാണ് എന്താണ് സംഭവിച്ചതെന്ന് രാജാവിന് ബോദ്ധ്യപ്പെട്ടത്. അമൃതേശ്വരന്റെ അലർച്ച. സുബലനെ സൈന്യം പൊതിയുന്നു. രാജാവ് വീണത് മകന്റെ കൈകളിലേക്കാണ്. കാഴ്ചകൾ അവ്യക്തമാകാൻ തുടങ്ങിയപ്പോൾ അദ്ദേഹം അവസാനമായി അരുമയോടെ മകനെ നോക്കി. ആ കീഴ്ച്ചുണ്ടുകൾ വിറച്ചു. ആരോ തമലയിൽ പ്രാണജലം അമൃതേശ്വരന്റെ കൈകളിലെത്തിച്ചു. രാജാവത് രണ്ടിറ്റിറക്കി. പന്നെ അമൃതേശ്വരന്റെ കവിളുകളിൽ തലോടി എന്തോ പറയാൻ ശ്രമിച്ചു. പ്രധാനപ്പെട്ട എന്തോ ഒന്ന്. അത് പൂർത്തിയാക്കാൻ പരിശ്രമിച്ചിട്ടും അദ്ദേഹത്തിന് കഴിഞ്ഞില്ല. പ്രാണൻ ജീർണ്ണ വസ്ത്രം വെടിഞ്ഞ് പുറത്തേക്ക് പറന്നു കഴിഞ്ഞിരുന്നു. പിതാവിന്റെ മൃതദേഹം കുലുക്കിക്കുലുക്കി ശിശുസഹജഭാവത്തോടെ അമൃതേശ്വരൻ പുലമ്പി:

“ഇല്ല അങ്ങയെ ഞാനാർക്കും വിട്ടുകൊടുക്കില്ല. വിട്ടു കൊടുക്കില്ല.”

അപ്പോൾ ദൂരെ ഒരാരവം ഉയർന്നു. സൈന്യാധിപന്റെ നേതൃത്വത്തിൽ വിശാരദത്തിന്റെ മണ്ണിൽ ശശാങ്കപുരത്തിന്റെ കൊടിക്കൂറ നാട്ടുന്ന മുന്നണിപ്പോരാളികളുടെ ജയകാഹളമായിരുന്നു അത്.

# അഞ്ച്

പ്രധാനശിബിരത്തിനകത്ത് ആറരപാദം നീളത്തിൽ നശ്വരമായ ചമയങ്ങളഴിച്ച രാജാവിന്റെ മൃതശരീരം കിടത്തി. യുദ്ധം ജയിച്ചെങ്കിലും നായകൻ നഷ്ടപ്പെട്ട വിപര്യയത്തെക്കുറിച്ചോർത്ത് എല്ലാവരും ഖിന്നരായിരുന്നു. രാജഗുരു യുദ്ധഭൂമിയിലേക്കെത്തിയിട്ടുണ്ട്. അദ്ദേഹവും, പ്രധാന സചിവനും, അമൃതേശ്വരനും ചില ഭടന്മാരും മാത്രമേ ശിബിരത്തിനകത്തുണ്ടായിരുന്നുള്ളൂ. ബാക്കിയെല്ലാവരും പുറത്ത് മൃതദേഹം വഹിച്ചുകൊണ്ടുപോകാൻ പ്രത്യേകം സജ്ജമാക്കേണ്ട തേരൊരുക്കിയും, അവിചാരിതമായുണ്ടായ സന്ദിഗ്ധാവസ്ഥ ശത്രുക്കൾ മുതലെടുക്കാതെ നോക്കേണ്ട ജാഗ്രതയോടു കൂടിയും നിന്നു. അമൃതേശ്വരൻ തകർന്നുപോയിരുന്നെങ്കിലും സാഹചര്യംകൊണ്ട് താൻ പുലർത്തേണ്ട സംയമനത്തെക്കുറിച്ചോർത്ത് ഇടറാതിരിക്കാൻ ശ്രമിച്ചു. രാജഗുരു ഓർമ്മിപ്പിച്ചിരുന്നു. പുത്രൻ മാത്രമല്ല താങ്കളൊരു യുവരാജാവുകൂടിയാണ്.

മൃതദേഹം കൊട്ടാരത്തിലേക്ക് കൊണ്ടുപോകാനുള്ള ഒരുക്കങ്ങൾ പൂർത്തിയായി തേർത്തട്ടിലേക്കെടുത്തുവന്ക്കും മുമ്പ് രാജഗുരു പ്രധാനസചിവനരുകിലേക്ക് അമൃതേശ്വരനെ മാറ്റി നിർത്തി ചില സുപ്രധാന സംഗതികൾ പറഞ്ഞു:

“യുദ്ധത്തോടുള്ള അടക്കാനാവാത്ത അഭിനിവേശം, അതാണ് രാജാവിന്റെ ജീവനെടുത്തത്. അതും വിധിവൈജാത്യം കൊണ്ട് ഒരു സാധാരണ ഭടനിൽനിന്നുള്ള അപമാനമൃത്യു. പക്ഷേ, പുറംലോകം ഒരിക്കലുമിതറിയരുത്. പർവ്വതത്തിലൂടെയുള്ള യാത്രാമദ്ധ്യേ ആകസ്മികമായൊരപകടത്തിൽ രാജാവ് കാലം ചെയ്തു എന്നേ പറയാവൂ. അല്ലെങ്കിൽ മരണാനന്തരം അദ്ദേഹത്തിന്റെ യശസ്സിനെ അത് ബാധിക്കും.”

“പക്ഷേ, സത്യം വിശാരദനറിഞ്ഞു കാണില്ലേ? യുദ്ധം തോറ്റെങ്കിലും പിതാവിന്റെ മരണം അവരാഘോഷിച്ച് വിജയമാക്കും.” അമൃതേശ്വരൻ സംശയാലുവായി.

രാജഗുരു തുടർന്നു:

“ഒരു നുണ ആയിരംവട്ടം ഉരുവിട്ട് സത്യമാക്കുന്ന വിദ്യയും രാജതന്ത്രത്തിലുണ്ട്. രാജാവിനോട് യുദ്ധം ചെയ്ത സുബലനും, കൂട്ടാളികളും തടവിലല്ലേ?”

സുബലൻ എന്ന പേർ കേട്ടതും അമൃതേശ്വരൻ വീണ്ടും വികാരാധീനനായി.

“എന്റെ പിതാവിനെ വധിച്ച അവന്റെ തലയറുത്താലേ എന്റെ കലിയടങ്ങൂ...”

രാജഗുരു കുമാരനെ സമാധാനിപ്പിച്ചു:

“ശാന്തനാകൂ, അവനുള്ള ശിക്ഷ പിന്നീട്. ഓർക്കുക. ചുറ്റും ശത്രുക്കൾ പതിയിരിക്കുന്നു. വളരെയധികം ശ്രദ്ധിക്കേണ്ട സമയം. ദുഃഖാചരണം കഴിയുംവരെ പ്രധാനസചിവൻ രാജ്യം ഭരിക്കട്ടെ. കുമാരൻ അതി

നുള്ള അനുമതി കൊടുക്കുക ആദ്യം. ശേഷം രാജാവിന്റെ വിയോഗമറിയിക്കാൻ ദൂതർ പോകട്ടെ നാലു ദിക്കിലേക്കും."

രാജഗുരുവിന്റെ വാക്കുകൾ വേദവാക്യം പോലെ തോന്നി. മഹത്ത്വം ഗുരുവിന്റെ ശിരസ്സിൽ കിരീടംപോലെ ശോഭിക്കുന്നു.

അമൃതേശ്വരൻ പ്രധാനസചിവന്റെ കരം സ്പർശിച്ചു. താല്ക്കാലികാധികാരത്തിന്റെ കടിഞ്ഞാൺ പ്രധാനസചിവന് നല്കി കുമാരൻ രാജഗുരുവിനെ നോക്കി.

വിലാപം കാട്ടുതീപോലെ കൊട്ടാരത്തിലേക്ക് പടർന്നു. വിശേഷ ചത്വരത്തിലേക്ക് ശവമഞ്ചം എടുത്തു വച്ചപ്പോൾ മാത്രമാണ് രാജ്ഞി നിജസ്ഥിതിയറിഞ്ഞത്. അതുവരെ കൊട്ടാരത്തിൽ നടന്നിരുന്ന മുന്നൊരുക്കങ്ങൾ വിജയതിലകമണിഞ്ഞ് വരുന്ന വീരന് നല്കാനുള്ള ഉപചാരങ്ങളായിരിക്കുമെന്നാണ് രാജ്ഞി ധരിച്ചത്. മുഖ്യ ദാസിപോലും സത്യം അവരോടവതരിപ്പിക്കാൻ അധൈര്യപ്പെട്ടു. ദുഃഖത്തേക്കാളധികം മാലോകരുടെ വികാരം അവിശ്വസനീയതയായിരുന്നു. നിലവിളിക്കുമ്പോൾ രാജ്ഞി പുലമ്പിയതും അതുതന്നെ – ഇതെങ്ങനെ സംഭവിച്ചു!

അമൃതേശ്വരൻ സ്വയമടക്കാൻ ക്ലേശിച്ചു. മാതാവിന് മുന്നിൽ സാന്ത്വനത്തിന്റെയോ, ആശ്വാസത്തിന്റെയോ ഒരുവാക്കുച്ചരിക്കാൻ ശ്രമിച്ചാൽ എല്ലാ നിയന്ത്രണങ്ങളും വിട്ട് താൻ തകർന്നു പോകുമെന്നയാൾ ഭയന്നു. മരണം സംഭവിച്ചിട്ട് നാഴികകൾ കഴിഞ്ഞു. പ്രജകൾക്ക് മുമ്പിൽ ഒരു കുഞ്ഞിനെപ്പോലെ കരയാൻ മുതിർന്ന രാജകുമാരന് പരിമിതികളുണ്ട്. മനസ്സിനെ ശാസിച്ചു: അടങ്ങുക, പങ്കുവയ്ക്കാൻ കൂടപ്പിറപ്പുകളില്ലാത്തതിന് പൈതൃകത്തെ ശപിച്ചു.

രാജ്യത്ത് നാല്പത്തിയഞ്ച് ദിവസത്തെ ദുഃഖാചരണം പ്രഖ്യാപിച്ചു കഴിഞ്ഞിരുന്നു. രാജ്ഞിയെ തോഴിമാർ ചമയങ്ങളും, ആഭരണങ്ങളും മാറ്റി ശുഭ്രവസ്ത്രധാരിണിയാക്കി. ശിശിരകാലത്തെ ഇലകളും, പൂക്കളും കൊഴിഞ്ഞ ചെമ്മരം പോലെ അവർ വിളർത്തു.

പ്രജകൾ മാത്രമല്ല വിവരമറിഞ്ഞ് ഇതര രാജാക്കന്മാരും, മഹത്വ്യക്തികളും എത്തിത്തുടങ്ങി. എല്ലാവരും പരേതന് പുഷ്പാഭിഷേകം നടത്തി ആദരാഞ്ജലികളർപ്പിച്ചു. പിതാവിന്റെ നയതന്ത്രബന്ധത്തിന്റെയും, സുഹൃത്ബലത്തിന്റെയും വില ദുഃഖത്തിൽ പങ്കുചേരാൻ വന്നവരുടെ ബാഹുല്യം കണ്ടപ്പോഴാണ് അമൃതേശ്വരന് ബോദ്ധ്യപ്പെട്ടത്. വന്നവരെല്ലാവരും കുമാരനെ ആശ്വസിപ്പിച്ച് എന്ത് സഹായം വേണമെങ്കിലും ആവശ്യപ്പെടാം എന്ന് വാഗ്ദാനം ചെയ്തു. മരണഗൃഹത്തിൽ സന്ധുബന്ധുക്കളുടെ സാന്നിദ്ധ്യം വേർപാടിന്റെ ഖരത്വം എത്രമാത്രം ലഘൂകരിക്കുന്നുണ്ടെന്ന് അമൃതേശ്വരനറിഞ്ഞു.

ശവദാഹം രാജഗുരുവിന്റെ കാർമ്മികത്വത്തിൽ തന്നെയായിരുന്നു. ആചാരങ്ങൾക്ക് ശേഷം ജഡം ചന്ദനമുട്ടികൾകൊണ്ടൊരുക്കിയ ചിതയിലേക്കെടുക്കാൻ തുടങ്ങിയപ്പോഴാണ് ശ്ലഥരോദനങ്ങൾ പിന്നെയും ഉണർന്നത്. മരിച്ചാലും ശരീരമെന്ന ബാക്കിപത്രത്തിന്റെ സാമീപ്യം

കൊണ്ട് സ്വാസ്ഥ്യം നേടാൻ ബാലിശമായ് മനുഷ്യൻ പിന്നെയും ശ്രമിക്കുന്നു. അവസാനത്തെ പിടിവള്ളിയാണത്.

വേർപാടിലവൻ അശുവാണ്.

വേർപാടിൽ മനുഷ്യൻ സംശുദ്ധനുമാണ്.

## ആറ്

**അ**മൃതേശ്വരന് അത്ഭുതം തോന്നി. എത്രയോ വർഷങ്ങൾക്ക് ശേഷം വലിയച്ഛൻ സ്വന്തം അറയിൽ നിന്ന് പുറത്തിറങ്ങിയിരിക്കുന്നു. അഹിതം അറിയിച്ചിരുന്നതാണ്. സാധാരണപോലെ തന്നെ മറുപടിയൊന്നുമുണ്ടായില്ല. പിന്നിട് ബന്ധുക്കളിലാരോ അതുവഴി പോയപ്പോൾ വലിയച്ഛന്റെ മുറിയിൽ നിന്ന് തേങ്ങൽ കേട്ടുവത്രെ. അനുജനെ ദഹിപ്പിക്കാൻ ചിതയിലേക്കെടുക്കുന്ന വിവരം അദ്ദേഹം അറിഞ്ഞുകാണും. അദ്ദേഹത്തിന്റെ മഠത്തിലെ ഓട്ടുമണികൾ തുരുതുരാ ശബ്ദിച്ചു.

“എനിക്ക് അവനെ കാണണം. ആളുകളെ മാറ്റിത്തരണം.”

ആൾക്കൂട്ടത്തെ വലിയച്ഛന് ഭയമായിരുന്നു. ആരെയും അഭിമുഖീകരിക്കാൻ അദ്ദേഹത്തിന് കഴിയില്ല. ഒരാളുടെ നോട്ടം കൊണ്ടുപോലും അദ്ദേഹം അസ്വസ്ഥമാവുന്നു. അനന്തരം ആ ദേഹം വിറയ്ക്കുകയും ചുണ്ടുകൾ വക്രീകരിക്കുകയും ചെയ്യും. തന്റെ ലോകം സ്വന്തം മുറിയിലേക്ക് ചുരുക്കി സമൂഹത്തിൽ നിന്നദ്ദേഹം ഒളിച്ചു വസിച്ചു. ശാപംപോലുള്ള ഏകാന്തവാസം. സ്ഥാനംകൊണ്ട് രാജനിയോഗം വലിയച്ഛനായിരുന്നു. അപകർഷതാരോഗമുള്ളതുകൊണ്ടും ആയുധബലമില്ലാത്തതുകൊണ്ടും സ്വയമൊഴിഞ്ഞതിനാലാണത്രെ പിതാവ് കിരീടാവകാശിയായത്.

ഇരുപത്തിയാറ് സംവത്സരങ്ങൾക്കിടയിൽ ഒരേ സമുച്ചയത്തിലെ സഹവാസത്തിനിടയിൽ മുമ്പൊരു തവണമാത്രമാണ് അമൃതേശ്വരൻ വലിയച്ഛനെ കണ്ടിട്ടുള്ളത്. കുറേയധികം വിചിത്രതകളുടെ സ്വരൂപമായതുകൊണ്ടും, സാമീപ്യം വിലക്കപ്പെട്ടതായതുകൊണ്ടും അദ്ദേഹത്തെപ്പറ്റി കൂടുതലറിയാൻ അമൃതേശ്വരൻ ചെറുപ്പത്തിലേ ശ്രമിച്ചിരുന്നു. എന്തുകൊണ്ട് വലിയച്ഛൻ ഇങ്ങനെയായി തീർന്നു? അദ്ദേഹത്തെക്കുറിച്ച് കൂടുതൽ പറയാൻ കൊട്ടാരത്തിലുള്ളവർ വിമുഖത കാണിച്ചിരുന്നു എന്നും. അറിഞ്ഞിടത്തോളം പതിനഞ്ച് വയസ്സുവരെ അദ്ദേഹം പിതാവിനെപ്പോലും വെല്ലുന്ന പ്രതിഭാശാലിയായിരുന്നത്രെ! വേദത്തിലും, കലയിലും, വിനോദത്തിലുമെല്ലാം മുൻപന്തിയിൽ. ഗുരുവര്യരും ജ്യോതിഷികളും പ്രവചിച്ചിരുന്നു:‘ ഇവൻ അറിവുകൊണ്ട് ലോകം കീഴടക്കും. പ്രശസ്തനാകും.’ പക്ഷേ, എല്ലാ പ്രവചനങ്ങളും കീഴ്മേൽ മറിച്ചുകൊണ്ട് അദ്ദേഹം ശശാങ്കപുരത്തെ ഞെട്ടിച്ചു. ആ കടങ്കഥയ്ക്കുത്തരം ആർക്കുമറിയില്ല!

വർഷങ്ങൾക്ക് മുമ്പ് പിതാമഹി കാലഗതി പൂകിയപ്പേൾ ഇതുപോലെ അവസാന നിമിഷം ഉദകക്രിയകൾ ചെയ്യാൻ അദ്ദേഹം തയ്യാ

റാവുകയായിരുന്നു . നീണ്ടുമെലിഞ്ഞ മനുഷ്യൻ, ചെമ്പിച്ച തലമുടി, മാൻപേടകളുടേതുപോലെ നിഷ്കളങ്കഭാവം തുളുമ്പുന്ന നീലക്കണ്ണുകൾ. ഉള്ളിൽ ആദരവ് നിറഞ്ഞു; ഒരു വിശുദ്ധനോടെന്നപോലെ. ക്രിയകൾ ചെയ്യുമ്പോൾ അദ്ദേഹത്തിന്റെ കൈകൾ ആലിലപോലെ വിറച്ചിരുന്നു. വലിയച്ഛനെ അറിയുന്നതുപോലെ അദ്ദേഹം ജീവിക്കുന്ന ഇടം കാണാനും ജിജ്ഞാസയുണ്ടായി. ഉള്ളിൽ അരണ്ട വെളിച്ചം മാത്രമേ ഉണ്ടായിരുന്നുള്ളൂ. അതിശയപ്പെട്ടു പോയി: അകത്തെ കാഴ്ച്ചകൾ കാണാനാവാത്ത പുറം ദൃശ്യങ്ങൾ മാത്രം പ്രതിഫലിപ്പിക്കുന്ന കണ്ണാടിജാലകങ്ങൾ. തന്നെ ആരും കാണരുത്-തനിക്കെല്ലാം കാണണം. സ്നാനത്തിനും, ശൗചത്തിനും, ആഹാരനീരാദികൾ എത്തിച്ചുകൊടുക്കാനും പ്രത്യേകമിടങ്ങൾ. പടികൾ കയറി അകത്തേക്ക് പ്രവേശിക്കേണ്ട പൂജാമുറിപോലുള്ള ഒരു ഭാഗം താഴിട്ട് പൂട്ടിയിരുന്നു. പിന്നെ ഒരോടക്കുഴൽ, മൃദംഗം, കുറേയധികം ഗ്രന്ഥങ്ങളും. അതിലേറെ അമൃതേശ്വരനെ വിസ്മയിപ്പിച്ചത് മിഴിവാർന്ന കുറച്ചു ചിത്രങ്ങളായിരുന്നു. അതദ്ദേഹം രചിച്ചതായിരിക്കുമോ? ആരായാലും ആ കലാകാരൻ അസാധാരണക്കാരൻ തന്നെ. പിതാവ് അദ്ദേഹത്തിന് മാത്രമായി ഒരു ദാസിയെ വച്ചിരുന്നു. ഓട്ടുമണിയുടെ ശബ്ദവൈവിദ്ധ്യംകൊണ്ട് ദാസിയും വലിയച്ഛനും ആശയങ്ങൾ കൈമാറി.

മരണവീട്ടിലേക്ക് വന്ന ബന്ധുക്കൾക്ക് നീരസം തോന്നാത്തവിധം കുറച്ചു സമയം വലിയച്ഛന് ദർശിക്കാൻ വേണ്ടി ആളുകളെ ഒഴിപ്പിച്ചു. ബോദ്ധ്യപ്പെടുത്താൻ പ്രയാസമുള്ള ശ്രമകരമായ ഒരു ജോലിയായിരുന്നു അത്. അമൃതേശ്വരൻ തന്നെയാണ് വലിയച്ഛനെ പുറത്തേക്ക് കൊണ്ടുവന്നത്. അദ്ദേഹത്തിന്റെ കണ്ണുകളും ദേഹവും പുറംലോകവുമായി പൊരുത്തപ്പെടാൻ സമയമെടുത്തു. സാധുവായ ആ മനുഷ്യൻ കൂടപ്പിറപ്പിന്റെ ചേതനയറ്റ ശരീരത്തിനരികിൽ നിന്ന് വിങ്ങിക്കരഞ്ഞു. മൂർദ്ധാവിൽ ചുംബനം നല്കി അന്ത്യനിദ്രയ്ക്ക് ശാന്തിമംഗളങ്ങൾ നേർന്നു: 'നീ യാത്രയാവുന്നു, നിനക്ക് വിട, മോക്ഷം സഫലമാകട്ടെ.' കാലങ്ങളായി സംസാരിക്കാത്തതുകൊണ്ട് അദ്ദേഹത്തിന്റെ വാക്കുകൾ അസ്പഷ്ടവും, വികലവുമായി കഴിഞ്ഞിരുന്നു. വിശുദ്ധനായ ഏകാകിയെ കാണാൻ ആളുകൾ കൗതുകത്തോടെ ഒളിഞ്ഞും തെളിഞ്ഞും ശ്രമിച്ചു. പിതാവിന്റെ ഭൗതികദേഹത്തിനേക്കാൾ പ്രാധാന്യം വലിയച്ഛന്റെ സാമീപ്യത്തിനായപ്പോൾ വലിയച്ഛൻ പരിഭ്രമത്തോടെ പിന്തിരിഞ്ഞു. സ്വന്തം മുറിയിലേക്ക് കയറാൻ നേരം ഇടനാഴിയിൽ നിന്ന് അമൃതേശ്വരനെ കെട്ടിപ്പിടിച്ചുകൊണ്ടദ്ദേഹം വിതുമ്പി. തന്റെ മാറിൽ ചാഞ്ഞ ദുർബ്ബലനെ നിർവൃതിയോടെ അമൃതേശ്വരനാശ്ലേഷിച്ചു. മാതാവ് കഴിഞ്ഞാൽ നേർബന്ധമെന്ന് പറയാൻ ഇനി തനിക്കാരുണ്ട്? അബലനും, പതിതനുമാണെങ്കിലും വലിയച്ഛനുള്ളടത്തോളം സങ്കല്പംപോലുള്ള ഈ സാന്നിദ്ധ്യം മാത്രം മതി തനിക്ക് സനാഥനാകാൻ.

ഉള്ളിൽ ഘനീഭവിച്ച ശോകം ഹിമംപോലെ ഉരുകുന്നതായി അമൃതേശ്വരന് തോന്നി.

വലിയച്ഛന്റെ ഹൃദയത്തിലേക്കൊരുമ്മ!

# ഏഴ്

ശവദാഹത്തിന് വന്നവരിൽ ഭൂരിഭാഗവും അന്നുതന്നെ മടങ്ങി. പുരോഹിതർ, ഉപദേഷ്ടാക്കൾ, ആചാര്യർ തുടങ്ങി പ്രധാനപ്പെട്ട ചിലർ അതിഥിമന്ദിരങ്ങളിൽ തങ്ങി. രാത്രി മുഴുവൻ രാജഗുരു അവരുമായ് ചർച്ചയിലായിരുന്നു. രാജ്യത്തിന്റെ ഭാവികാര്യങ്ങളെക്കുറിച്ചും, അനുഷ്ഠാനങ്ങളെക്കുറിച്ചും ആലോചനകളും, സംവാദങ്ങളുമുണ്ടായി. പിന്നീട് അവരെല്ലാവരുംകൂടി നികുംഭിലയുടെ കോവിലിൽ പ്രത്യേകം ദീപം തെളിയിച്ച് പ്രാർത്ഥിച്ചു. അവരുടെ ചിന്തകളും, രീതികളും തനിക്ക് തീർത്തും അന്യമാണെന്ന് അമൃതേശ്വരന് തോന്നി. പക്ഷേ, സാന്നിദ്ധ്യം സുരക്ഷിതത്വം തരുന്നു.

പതിനാലാം നാൾ തർപ്പണവും, സഞ്ചയനവും നടത്തി അവർ പിരിയുമ്പോൾ തലയിലും, ദേഹത്തും വെള്ളിരോമങ്ങൾ നിറഞ്ഞ പ്രധാനിയായ വന്ദ്യവയോധികൻ അമൃതേശ്വരനെ മാറ്റി നിർത്തി പറഞ്ഞു:

"തളരരുത്. ഇതേ കർമ്മപഥം പണ്ട് മന്മഥനുമുണ്ടായിട്ടുണ്ട്."

ആരാണ് മന്മഥൻ?

അങ്ങനെയൊരു പേര് മുമ്പ് കേട്ടിട്ടേയില്ല. വിശേഷിച്ച് ചോദിക്കേണ്ട ആവശ്യമുണ്ടെന്ന് തോന്നിയില്ല. അവർ പിരിഞ്ഞുപോയപ്പോൾ ശ്വാസം മുട്ടിക്കുന്ന ശൂന്യത കൊട്ടാരമെങ്ങും പന്തലിച്ചു. ദുഃഖവും ഏകാന്തതയും വൈചിത്ര്യങ്ങളുടെ മേച്ചിൽപ്പുറത്ത് അനുരാഗപ്പറവകളെപോലെ തത്തികളിച്ചു.

അറയിൽ രാമച്ചത്തിന്റെ സുഗന്ധം. രാജഗുരു അങ്ങോട്ട് വരുകയാണ്. രാജഗുരുവിന് ഹോമദ്രവ്യങ്ങളുടെ മണമാണ്. അദ്ദേഹത്തിന്റെ വിയർപ്പിന് പോലും ആ ഗുണമുണ്ടെന്ന് അമൃതേശ്വരന് തോന്നിയിട്ടുണ്ട്. ഗൗരവമായ ചിലത് സംസാരിക്കാനുണ്ടെന്ന് ആ മുഖഭാവത്തിൽ നിന്ന് വ്യക്തമാണ്. ആദരപുരസ്സരം എഴുന്നേറ്റ് പ്രണാമമർപ്പിക്കാൻ തുനിഞ്ഞപ്പോൾ അദ്ദേഹം കൈയാംഗ്യംകൊണ്ട് വിലക്കി. സാധാരണ ഒരു ദിവസം ഒന്നിലേറെ തവണ ഔപചാരിക ബഹുമാനാദികൾ പ്രകടിപ്പിക്കാറില്ലായിരുന്നു. പക്ഷേ, ഇക്കുറി അറിയാതെ...!

മുമ്പ് കൊട്ടാരത്തിൽ തങ്ങി അദ്ധ്യയനം നടത്തിയിരുന്ന ആചാര്യരെ പ്രഭാതത്തിൽ കൈകൾ കൂപ്പി വന്ദനം ചൊല്ലി വണങ്ങുന്നു. ഭക്ഷണത്തിന് പിരിഞ്ഞ് വീണ്ടും കാണുമ്പോൾ ആവർത്തിക്കുന്നു. കൊട്ടാരമന്ദിരത്തിൽ താമസിക്കുന്ന അതിഥികളെ വീണ്ടും വീണ്ടും അഭിമുഖീകരിക്കേണ്ടിവരുന്നു. അപ്പോൾ ആവർത്തിക്കേണ്ട അഭിവന്ദ്യങ്ങളെക്കുറിച്ചോർക്കുമ്പോൾ സങ്കോചവും, വിരസതയും ഒരുപോലെ. അതിനാൽ കാണുമ്പോൾ ഒഴിഞ്ഞുമാറി പോകുന്നു. അതൊരു ഭീരുത്വത്തിന്റെ ലക്ഷണമാണെന്ന് സ്വയം തോന്നിയപ്പോൾ ആചാര്യരുടെ മുന്നിൽ തന്നെ കാര്യമവതരിപ്പിച്ചു.

"ഒരു തവണ നമസ്കരിച്ചാൽ മതി. ആദരം പ്രവൃത്തിയിലല്ല മനസ്സിലാണുണ്ടാകേണ്ടത്."

രാജഗുരു ചോദിച്ചു:

"കുമാരനിപ്പോൾ ഒരു നിയോഗത്തിന്റെ വക്കിലാണ്. ദുഃഖാചരണത്തിന് ശേഷം രാജാഭിഷിക്തനാകാൻ പോകുന്ന ഒരാൾ. എന്തു തോന്നുന്നു."

"ഇത്ര പെട്ടെന്ന് രാജപദമലങ്കരിക്കേണ്ടി വരുമെന്ന് സ്വപ്നേപി വിചാരിച്ചിരുന്നില്ല. ഭരണകാര്യങ്ങളിൽ പരിചയം നേടിയിട്ടില്ല. എന്റെ ശ്രദ്ധ മുഴുവൻ ആയുധപാടവത്തിലും ചിത്രരചനയിലുമായിരുന്നു."

"വൈശാഖിവംശത്തിന്റെ പ്രമാണം കമ്പപ്പോലാണ്. ഗ്രന്ഥം അനുശാസിക്കും പ്രകാരമാണ് നമ്മുടെ വംശപരമ്പര വർത്തിക്കുന്നത്. ആയിരം വർഷത്തിലേറെ പാരമ്പര്യമുള്ള കമ്പപ്പോലിൽ സകല സമസ്യകൾക്കുള്ള ദുരീകരണവുമുണ്ട്. യുദ്ധം, ഭരണം, രോഗം, ഔഷധം, രതി...തുടങ്ങി സമസ്തവും. ഇപ്പോൾ താങ്കൾക്ക് ഗ്രന്ഥം സ്പർശിക്കാൻ സമയമായിരിക്കുന്നു. പാരായണം പിന്നീടാവാം. ശ്ലോകരൂപമായതിനാൽ ഗുരു സഹായം വേണ്ടിവരും."

"അങ്ങയുടെ ജ്ഞാനവും അനുഭവവും അബദ്ധങ്ങൾ ചൊല്ലില്ലെന്നുറപ്പാണ്. എങ്കിലും ഒന്നു ചോദിച്ചോട്ടെ, വൈശാഖിവംശത്തിന് വേറെയും വകഭേദങ്ങളുണ്ടല്ലോ-അവർക്കും ആധാരം കമ്പപ്പോൽ തന്നെയോ?"

"മൂലഗ്രന്ഥം ഒന്നുതന്നെ. പക്ഷേ, പകർപ്പെഴുതിയ പണ്ഡിതരുടെ മനോധർമ്മമനുസരിച്ച് ചില കൂട്ടിക്കിഴിക്കലുകൾ നടന്നിട്ടുണ്ട്. അതുകൊണ്ട് പലർക്കും കഷ്ടനഷ്ടങ്ങളുമുണ്ടായിട്ടുണ്ട്. കേട്ടിട്ടില്ലേ കുഷ്ഠം പിടിച്ച് കുലമറ്റ വീരസുഗിയെക്കുറിച്ച്..."

രാജഗുരു മറ്റൊരു ഗൗരവ്വകാര്യത്തിലേക്ക് കടന്നു:

"നാളെ, അതിപ്രധാനമായൊരു കർമ്മം നടക്കുകയാണ്. പിതാവിന് സ്വർഗ്ഗവാസമുറപ്പിക്കാൻ ഒരു കന്യകയെ ബലി നല്കുക എന്ന ചടങ്ങ്. അതിന് മുമ്പ് കമ്പപ്പോൽ ഗ്രന്ഥം സ്പർശിക്കലാണുത്തമം. പക്ഷേ, കുമാരൻ നികുംഭിലയുടെ മുന്നിൽ സത്യം ചെയ്യണം. ഗ്രന്ഥത്തെ പൂർണ്ണമായും അനുസരിക്കാമെന്ന്. പിന്നീട് മനംമാറ്റം അസാദ്ധ്യമാണ്. ഗ്രന്ഥം സ്പർശിച്ചതിനുശേഷം മാത്രമേ താങ്കൾ രാജാഭിഷേകത്തിന് അർഹത നേടൂ."

"സത്യം ചെയ്യാം. വംശപരമ്പരയുടെ അനുഷ്ഠാനങ്ങൾക്കും ആചാരങ്ങൾക്കും ഞാനതീതനല്ല."

"വരൂ."

അമൃതേശ്വരൻ രാജഗുരുവിനെ അനുഗമിച്ചു. കോവിലിൽ കോമ്പല്ലുകളുള്ള കുലദേവതയുടെ തങ്കവിഗ്രഹത്തിന് മുന്നിൽ അവർ ഉപാസനകളിൽ മുഴുകി. ദിവ്യമായ മുഹൂർത്തം നിർദ്ധാരണം ചെയ്തെടുത്തപോലെ പ്രാർത്ഥനാലോകത്തുനിന്ന് രാജഗുരുവിന്റെ ശബ്ദം:

"പ്രതിജ്ഞ."

"ദേവീ നികുംഭിലാ, കമ്പപ്പോൽ സ്പർശിക്കാൻ പോകുന്ന ഞാൻ ഗ്രന്ഥകല്പന ശിരസ്സാവഹിക്കാമെന്നും രാജ്യത്തെയും വംശത്തെയും സ്വപ്രാണൻപോലെ പരിപാലിച്ചുകൊള്ളാമെന്നും അങ്ങയുടെ സവിധം വാഗ്ദത്തം ചെയ്തുകൊള്ളുന്നു."

എവിടെയോ ഓട്ടുമണികൾ ശബ്ദിച്ചു. അത് ലംഘിക്കപ്പെടരുതാത്ത പ്രതിജ്ഞയുടെ തീക്ഷ്ണതയെ ഓർമ്മിപ്പിച്ചു.

രാജഗുരു നിലവറയുടെ സാക്ഷകൾ ശബ്ദഘോഷത്തോടെ തുറന്നു. നിലവറയിലേക്ക് അമൃതേശ്വരൻ ആദ്യമായി പ്രവേശിക്കുകയായിരുന്നു. രാജഗുരു ചെരാതുകൾ തെളിയിച്ചു. പുറത്തുനിന്ന് കാണുന്നതിനേക്കാൾ വലിയ അകമായിരുന്നു. ചില വാദ്യോപകരണങ്ങൾ, പഞ്ചലോഹവിഗ്രഹങ്ങൾ, ആനക്കൊമ്പുകൾ, അപൂർവ്വമായ ഔഷധഭരണികൾ... ചുമരിൽ തറച്ചുനിർത്തിയിരിക്കുന്ന വാൾ ചൂണ്ടി രാജഗുരു പറഞ്ഞു:

"താങ്കളുടെ പ്രപിതാവിന് ആദിത്യചക്രവർത്തി സമ്മാനിച്ച ഉടവാളാണത്."

എത്രയോ ചോരപ്രളയം കണ്ട ആ ഉടവാൾ വരുംനിശ്ചയത്തിന്റെ സ്വപ്നപഥങ്ങളിൽ വീണ്ടും രുധിരം നുണയാൻ തപസ്സു ചെയ്യുകയാണെന്ന് തോന്നും.

യുദ്ധങ്ങളില്ലാത്ത ആയുധരഹിതമായി സമാധാനം കാംഷിക്കുന്ന ഇളമുറക്കാരന്റെ രാജ്യത്ത് നിന്റെ മോക്ഷം സിദ്ധിക്കുമോ? - അമൃതേശ്വരൻ സങ്കല്പിച്ചു.

ത്രിശൂലങ്ങൾ നാട്ടി നിർത്തിയ ഇടമെത്തിയപ്പോൾ രാജഗുരു നിന്നു. അദ്ദേഹം അരുകിലുള്ള കുത്തുവിളക്കുകളിലേക്കും ചെരാതുകളിലേക്കും ദീപം പകർന്നു. പീഠത്തിൽ ചുവന്ന പട്ടുവിരിയിൽ പത്തു തലമുറകളുടെ യജപൂജകളേറ്റു വാങ്ങിയ കമ്പപ്പോൽ ഗ്രന്ഥം. അവർ ഗ്രന്ഥത്തെ നമിച്ചു. രാജഗുരുവിന്റെ സ്വാഗതം:

"ത്രിസന്ധ്യ, ഭുജിക്കാൻ ഉത്തമമായ മുഹൂർത്തം."

അമൃതേശ്വരൻ ഭക്ത്യാദരം കമ്പപ്പോൽ സ്പർശിച്ചു. ആകാംക്ഷകൊണ്ടുള്ള അതിവെമ്പലാകാം. അമൃതേശ്വരന്റെ കൈ പീഠത്തിൽ തട്ടി ഗ്രന്ഥം നിലത്തുവീണു. രാജഗുരുവിൽ അതലോസരം സൃഷ്ടിച്ചു. അദ്ദേഹം പ്രതിഭാവംകൊണ്ടത് പ്രകടിപ്പിച്ച് ഗ്രന്ഥം പീഠത്തിലേക്ക് തന്നെ വച്ചു. പിന്നെ കമ്പപ്പോലിനെയും, അമൃതേശ്വരനെയും പ്രദക്ഷിണം ചെയ്തുകൊണ്ട് പറഞ്ഞു:

"പുതിയ അദ്ധ്യയനങ്ങൾ ഇവിടെയാരംഭിക്കുന്നു. വിശ്വസിക്കുക, ഏതാപത്തിലും മുറുകെ പിടിക്കുക. അധമചിന്തകളും, നിഷേധങ്ങളും വിപരീതഫലം ചെയ്യുമെന്നും മനസ്സിലാക്കുക. കുമാരന് നന്മ വരട്ടെ, വംശത്തിന് നന്മവരട്ടെ, രാജ്യത്തിന് നന്മ വരട്ടെ."

ജീവിതചക്രത്തിനൊരു നാന്ദി - കമ്പപ്പോലിന് മുമ്പും, കമ്പപ്പോലിന് ശേഷവും.

## എട്ട്

**പു**ഷ്പവനങ്ങൾക്ക് അടുത്തെത്തിയപ്പോൾ രാജഗുരു തേർ നിർത്താനാവശ്യപ്പെട്ടു. അദ്ദേഹത്തിന്റെ ദൃഷ്ടി പൂക്കളറുത്തുകൊണ്ടിരിക്കുന്ന സുന്ദരിയിലായിരുന്നു. രാജഗുരു കണക്കുകൾ ഗണിച്ചു:

"സീമന്തിനി, പതിനെട്ട് വയസ്സ് – മകം നക്ഷത്രം, ഹസ്തിനിയിനത്തിൽപ്പെട്ട പെൺകൊടി..."

ഒരു മാൻ വേട്ടമൃഗത്തെ ഭയന്നെന്നോണം അവർക്ക് മുന്നിലൂടെ ഓടിപ്പോയി.

"....ശകുനശാസ്ത്രവും ഒത്തുവന്നിരിക്കുന്നു. ബലി നല്കേണ്ടതിവളെ തന്നെ."

രാജഗുരുവും, ഭടന്മാരും തന്നെയാണ് ശ്രദ്ധിക്കുന്നതെന്ന് മനസ്സിലാക്കിയ സീമന്തിനി അസ്വസ്ഥയായി. അവൾ ജോലി പൂർത്തീകരിക്കാതെ പിന്തിരിഞ്ഞു. രാജഗുരു കല്പിച്ചു:

"വിജനമാണിവിടം. ആരുമറിയാതെ ആ കന്യകയെ കൊട്ടാരത്തിലെത്തിക്കുക."

ഭടന്മാർ സീമന്തിനിയുടെ നേരെ കുതിച്ചു. അവളോടി. ഭടന്മാർ വീണുടയരുതാത്ത ഒരു പളുങ്കുപാത്രം എന്ന പരിഗണനയോടെ അവധാനപൂർവ്വം അവളെ വേട്ടയാടി.

****************************

രാജഗുരു നിവർത്തിക്കുന്ന കാര്യങ്ങൾ പലതും പ്രതിലോമവും, ദുരൂഹവുമായി അമൃതേശ്വരന് തോന്നി. അയാൾ ഗുരുവിനോട് തർക്കിച്ചു:

"ഇത് അധാർമ്മികം. പ്രജകളുടെ കാവലാളുകൾ തന്നെ ഇത്തരമൊരു കർമ്മം!?"

രാജഗുരു നീതീകരിച്ചു:

"ആചാരങ്ങളെയും, ഭരണതന്ത്രങ്ങളെയും പറ്റിയുള്ള അജ്ഞതയാണ് കുമാരനെ ഇങ്ങനെ ചിന്തിപ്പിക്കുന്നത്. വിശാരദൻ നമ്മെ ആക്രമിച്ചത് രാജ്യത്തിന്റെ വ്യാപ്തി കൂട്ടി പ്രജാക്ഷേമം സംരക്ഷിക്കാനായിരുന്നു. ഫലമോ ആയിരത്തിലേറെ മനുഷ്യരുടെ ജീവൻ പോയി. താങ്കളുടെ പിതാവും പ്രജകൾക്കുവേണ്ടി സ്വയം അർപ്പിക്കുകയായിരുന്നു. രാജാവിനും, രാജ്യത്തിനും മുന്നിൽ ജനങ്ങളേയുള്ളൂ. വ്യക്തികളില്ല. ഈ ബലിയും ഫലത്തിൽ പ്രജാക്ഷേമം തന്നെ. വഴിയേ താങ്കൾക്കത് ബോദ്ധ്യപ്പെടും.

"നാളെ ഈ കൃത്യം ജനങ്ങളറിഞ്ഞാൽ....!"

"അറിയരുത്. ഭരണരഹസ്യങ്ങളും, ഗ്രന്ഥവ്യാഖ്യാനങ്ങളും കൊട്ടിഘോഷിക്കാനുള്ളതല്ല."

കലുഷിതമായ മനസ്സുമായി അമൃതേശ്വരൻ രാജഗുരുവിനൊപ്പം നിലവറയിലേക്കെത്തി. അവിടെ ബലി നല്കാൻ തയ്യാറാക്കി നിർത്തിയ യജ്ഞകന്യകയെ കണ്ട് അമൃതേശ്വരൻ നടുങ്ങി.

സീമന്തിനി! തന്റെ പ്രണയിനി.

അമൃതേശ്വരനെ കണ്ടപ്പോൾ പ്രതീക്ഷയോടും അതിലേറെ സങ്കടത്തോടും സീമന്തിനി വിലപിച്ചു:

"എന്തക്രമമാണിവർ കാട്ടുന്നത്. എന്നെ ബലി നല്കാൻ പോവുകയാണത്രെ!"

വിക്ഷോഭത്തോടെയും, ദൃഢനിശ്ചയത്തോടെയും അമൃതേശ്വരൻ രാജഗുരുവിന് നേരെ തിരിഞ്ഞു:

"സീമന്തിനിയെ ബലി നല്കാൻ ഞാൻ സമ്മതിക്കില്ല. മറ്റെന്തെങ്കിലും വഴികാണൂ."

രാജഗുരു കർക്കശനായി:

"ശകുനശാസ്ത്രവും, നിമിത്തശാസ്ത്രവും നോക്കിയാണ് ഇവളെ തെരഞ്ഞെടുത്തത്. തീരുമാനിക്കപ്പെട്ടത് മാറ്റുക അസാദ്ധ്യം. ഇന്നു രാത്രി തന്നെ ബലി നടത്തണം. കഴിയുമെങ്കിൽ ഇവളെ കാര്യങ്ങൾ പറഞ്ഞ് മനസ്സിലാക്കൂ. എനിക്ക് ബലിമണ്ഡപത്തിൽ ചിലതുകൂടി ചെയ്തു തീർക്കാനുണ്ട്."

രാജഗുരു പുറത്തേക്ക് നടന്നു. അമൃതേശ്വരന്റെ മനം ചുമരിൽ അലങ്കാരമായി പതിപ്പിച്ച് വച്ചിരിക്കുന്ന ആയുധത്തിലേക്ക് നിയന്ത്രണം വിട്ടു പാഞ്ഞു. പക്ഷേ, സന്നിയുടെ മൂർദ്ധന്യാവസ്ഥയിൽ ഉള്ളിൽ അസുരതാളലയങ്ങളോടെ കമ്പപ്പോൽ അവതരിച്ചു. അഗ്നിയുടെ താക്കീത്! പ്രചണ്ഡവാദ്യം പെരുകി. പിടയുന്ന പക്ഷിയുടെ ചിറകടിയൊച്ച.

ചിറകുകൾ കുഴഞ്ഞ് നേർത്തു പോകുന്ന മിടിപ്പുകൾക്കിടയിൽ സീമന്തിനിയുടെ വിഹ്വലത കേട്ടു:

"എന്നെ രക്ഷിക്കില്ലേ?"

അവൾക്ക് മുന്നിൽ അസ്തവീര്യനായി നിന്നു; ആൺമ നഷ്ടപ്പെട്ടവനെപ്പോലെ. സീമന്തിനിക്കുള്ള മറുപടിയായിരുന്നില്ല, സ്വയം ബോദ്ധ്യപ്പെടുത്താൻ വേണ്ടി മാത്രം:

"എന്നോട് പൊറുക്കൂ. എനിക്ക് എന്നെത്തന്നെ നഷ്ടപ്പെട്ടിരിക്കുന്നു."

അമൃതേശ്വരൻ പിന്തിരിഞ്ഞ് നടന്നു. ഓടുകയായിരുന്നെന്ന് പറയുകയാവും ശരി. പിന്നിൽ നിന്നുയരുന്നത് നിലവിളിയോ, ശാപവചനങ്ങളോ! സ്വന്തം വീരന്റെ പതനം പ്രാണഭയത്തേക്കാൾ വലിയ വേദനയായി തീർന്നിരിക്കണം. ശപിക്കട്ടെ! ശാപം ഞാനർഹിക്കുന്നു, ശാപം ഞാനേല്ക്കുന്നു.

മുന്നിൽ പർവ്വതംപോലെ നിറഞ്ഞു നില്ക്കുന്ന രാജഗുരുവിനോട് അമൃതേശ്വരൻ പറഞ്ഞു:

"സീമന്തിനിയെ പത്നിയാക്കാൻ ഞാൻ മോഹിച്ചിരുന്നു."

രാജഗുരു അമൃതേശ്വരന്റെ വാക്കുകൾ കേട്ടില്ലെന്നു നടിച്ചു.

"സ്നേഹിച്ച പെണ്ണിനെപ്പോലും രക്ഷിക്കാനാകാതെ യുവരാജാവിന്റെ നില താണിരിക്കുന്നു. ഇനി ഒരപേക്ഷയുണ്ട്..."

രാജഗുരു മരുതുമരങ്ങൾക്കിടയിൽ നിന്ന് നോട്ടം പിൻവലിച്ചു. ആ മുഖത്ത് അലയടിക്കുന്ന ഭാവം സാത്വികതയോ, നൃശംസതയോ! നിർവ്വചിക്കാനാകാതെ അമൃതേശ്വരൻ കുഴങ്ങി.

"....സീമന്തിനിയെ വേദനയില്ലാതെ കൊല്ലണം."

മറുപടി രാജഗുരു ശിരോചലനംകൊണ്ട് വിവക്ഷിച്ചു.

"കുമാരൻ രാജ്ഞിയെ ചെന്നൊന്ന് കാണൂ, അവർക്ക് ചിലത് സംസാരിക്കാനുണ്ട്."രാജഗുരു പറഞ്ഞു.

അമ്മയെ കാണണമെന്നപ്പോൾ തോന്നിയില്ല. വ്യക്തിപരമല്ലാത്ത പരിമിതികളെക്കുറിച്ചാണപ്പോൾ ചിന്തിച്ചത്. ആരോ തനിക്കൊരു വേഗ മാനകമിട്ടിരിക്കുന്നു. കമ്പപ്പോൽ സ്പർശിച്ചതിന് ശേഷമാണോ ഈ മാറ്റം?

ചുറ്റുമുള്ള സ്തംഭങ്ങളിൽ കൊത്തിവച്ച നർത്തകീബിംബങ്ങളിൽ നിന്ന് ദുർഗ്ഗകൾ ഉയിരെടുക്കുന്നതായി അമൃതേശ്വരന് തോന്നി.

സീമന്തിനി! തന്റെ പ്രിയപ്പെട്ടവൾ:

****************************

സീമന്തിനി കണ്ണുകളടച്ചു നിന്നു. അമൃതേശ്വരൻ ഒരിക്കൽക്കൂടി ലക്ഷ്യം നോക്കി. അതെ, ഇപ്പോഴവളുടെ ശിരസ്സിൽ വച്ചിരിക്കുന്ന പന്ത് മാത്രമേ കാണുന്നുള്ളൂ. അയാളസ്ത്രമെയ്തു. അമ്പ് പന്തുമായി കുതിച്ചു. സീമന്തിനി കണ്ണുകൾ തുറന്നു.

"ഭയന്നോ? " അമൃതേശ്വരൻ ചോദിച്ചു.

"ഇല്ല"

"സത്യം പറയൂ, തെല്ലും!"

"കുമാരനിലെനിക്ക് പൂർണ്ണ വിശ്വാസമാണ്. പിന്നെന്തിന് ഭയക്കണം."

"മഴ വരുന്നു. ഗ്രീഷ്മത്തിലും മഴ!"

"ഞാൻ പോകുന്നു."

"നില്ക്കൂ. മഴ നനയാം. നിന്റെ ലാവണ്യം ഞാനൊന്ന് കണ്ടോട്ടെ?"

ലജ്ജ അരളിപ്പൂപോലെ അവളിൽ വിരിഞ്ഞു. മഴയെത്തും മുമ്പെ മലയുടെ നിതംബങ്ങളിലൂടെ അവളോടി.

അമൃതേശ്വരൻ വിളിച്ചു പറഞ്ഞു:

"എനിക്കൊരു കാര്യം പറയാനുണ്ട്."

"അതെന്താണെന്നെനിക്കറിയാം."

മുത്തു ചിതറും പോലെ മഴ പെയ്തു. അമൃതേശ്വരൻ പ്രണയം നനഞ്ഞു.

****************************

അമൃതേശ്വരൻ വിധവാഗൃഹത്തിലേക്കുള്ള കോണിപ്പടികൾ കയറി. അയാൾ ചെല്ലുമ്പോൾ രാജ്ഞി ഗ്രന്ഥപാരായണത്തിലായിരുന്നു. അവർ ഗ്രന്ഥം പൂട്ടി എഴുന്നേറ്റ് വാത്സല്യത്തോടെ മകനെ നോക്കി.

"അമ്മ എന്നെ കാണണമെന്നാവശ്യപ്പെട്ടു."

"ഉം." അവർ ദീർഘമായൊന്ന് നിശ്വസിച്ചു. "വിധി സുബലന്റെ രൂപത്തിലാണ് നമ്മെ വീഴ്ത്തിയത്. അല്ലെങ്കിൽ പരാജയപ്പെട്ട് പലായനം ചെയ്ത ഒരു ഭടനാൽ അദ്ദേഹം വധിക്കപ്പെടില്ലായിരുന്നു. രാജ്യത്തിന്റെ സുരക്ഷ ഇനി നിന്റെ കൈയിലാണ്. തളരരുത്. കമ്പപ്പോലിന്റെ വ്യാഖ്യാനങ്ങളാണ് രാജഗുരു പറയുക. അദ്ദേഹത്തെ അനുസരിക്കണം. അത് എനിക്കും, നിനക്കും, ഏവർക്കും ഒരുപോലെ ബാധകമാണ്. വേദനാജനകമാണെങ്കിലും ചിലത് ത്യജിക്കേണ്ടിവരും. ഓർക്കുക, എല്ലാം വംശ

ത്തിനും രാജ്യത്തിനും വേണ്ടിയാണ്. പുതിയ അദ്ധ്യയനങ്ങൾ കൊണ്ട് നിന്റെ ആകുലതകൾ മാറ്റപ്പെടും."

"ഉൾക്കൊള്ളാൻ പ്രയാസപ്പെടുന്ന പല വചനങ്ങളും രാജഗുരു പറയുന്നു. അപരാധം സംഭവിച്ചിട്ടുണ്ടെങ്കിൽ ക്ഷമിക്കൂ."

"കുറ്റപ്പെടുത്തിയതല്ല. നീ ചെറുപ്പമാണ്. നിന്റെ സ്ഥാനത്ത് ആരാണെങ്കിലും പ്രഥമചിന്ത ഇങ്ങനെയൊക്കെയായിരിക്കും. പല പരീക്ഷണങ്ങളും ഇനി നേരിടേണ്ടിവരും. മനോബലം നേടാൻ നികുംഭിലയെ ഉപാസിക്കൂ...."

".... ഇന്നു രാത്രി കന്യാബലിയുണ്ട്. പിതാവിനും രാജ്യത്തിനും വേണ്ടിയാണത്. ഉചിതമായി വർത്തിക്കുക......"

അമൃതേശ്വരൻ ശിരസ്സ് നമിച്ചു. രാജ്ഞി മന്ത്രിച്ചു:

"പ്രതിബന്ധങ്ങൾ നേരിടാൻ എന്റെ ഉണ്ണിക്ക് കരുത്തുണ്ടാകട്ടെ, എന്നും."

*****************************

രാത്രി; ബലിക്കളം. നാക്ക് പുറത്തേക്ക് നീട്ടി വരച്ച നികുംഭിലയുടെ കോലത്തിനരുകിൽ അരിപ്പൊടികൊണ്ടും മഞ്ഞൾപ്പൊടികൊണ്ടും വെവ്വേറെ അഷ്ടദളകളങ്ങളെഴുതിയിരുന്നു. മന്ത്രപുരസ്സരം കാർമ്മികൻ ഹോമകുണ്ഡത്തിലേക്ക് ഹവിസ്സും, കടലാടിയും ഹോമിച്ചുകൊണ്ടിരുന്നു. കളത്തിനു നടുവിൽ ഏകാഗ്രമായി പ്രാർത്ഥനയോടെ വെള്ള പുതച്ച് രാജ്ഞിയിരുന്നു. അവർ തീർത്തും മറ്റേതോ ലോകത്തായതുപോലെ. സമീപം രണ്ടു പരികർമ്മികൾ, പ്രധാനസചിവൻ, രാജഗുരു, അമൃതേശ്വരനും.

സഹകരണമോ, നിസ്സഹകരണമോ ഇല്ലാത്ത ഉഭയഭാവത്തിൽ അമൃതേശ്വരൻ നിന്നു. പരികർമ്മി ബലിപീഠത്തിലേക്ക് വാളെടുത്തു വച്ചപ്പോൾ അയാൾ വിഷണ്ണനായി. രാജരുഗു ശാസനാപൂർവ്വം കുമാരനെ നോക്കി. അമൃതേശ്വരനരികിലേക്ക് ചേർന്ന് നിന്ന് രാജഗുരു പറഞ്ഞു:

"ബലി മാത്രമല്ല, പരകായപ്രവേശവും നടക്കുന്നുണ്ട്. ബലി നല്കുന്ന സീമന്തിനിയുടെ ആത്മാവിനെ രാജ്ഞിയുടെ ദേഹത്തേക്ക് ആവാഹനം ചെയ്യൽ..."

"എന്താണിതുകൊണ്ടൊക്കെ ഉദ്ദേശിക്കുന്നത്?"

ആ ചോദ്യത്തിൽ നിസ്സാഹായതയും രോഷവും സ്ഫുരിച്ചിരുന്നു.

"അതൊരല്പം ഗഹനമായ ശാസ്ത്രമാണ്." രാജുഗുരു പറഞ്ഞു. "ഇനി മുതൽ രാജ്ഞിയുടെ പേർ സീമന്തിനി എന്നായിരിക്കും."

കാർമ്മികൻ രാജ്ഞിയുടെ ദേഹത്തേക്ക് ജപധ്യാനങ്ങളോടെ അക്ഷതമെറിഞ്ഞു. സഹകാരികളോട് ബലികന്യകയെ കൊണ്ടുവരാൻ ആവശ്യപ്പെട്ടു.

അവർ മുമ്പേ ഒരുക്കിവച്ചിരുന്ന ചക്രങ്ങൾ ഘടിപ്പിച്ച ലോഹപര്യങ്കം തള്ളിക്കൊണ്ടുവന്നു. അതിൽ ബോധരഹിതയായി കിടക്കുന്ന സീമന്തിനി.

സത്യത്തിലവൾ മുമ്പേ മരിച്ചു കഴിഞ്ഞില്ലേ?

ജീവിതത്തിൽ ഒരാൾക്ക് എത്രതവണ മരിക്കേണ്ടി വരുമെന്ന് അമൃതേശ്വരൻ ചിന്തിച്ചു. ഒരിക്കലും ഒരു തവണയല്ല! അന്തിമമായി രക്ഷപ്പെടാൻ മാത്രം ഒരവസരം. പ്രാണനെ നിലനിർത്തിക്കൊണ്ടും ഒരാൾ പലതവണ മരിക്കുന്നു; പല വേദനയിൽ, പല വികാരത്തിൽ. രക്ഷപ്പെടുത്താനുള്ള സീമന്തിനിയുടെ അഭ്യർത്ഥനയ്ക്കു മുന്നിൽ താൻ നിശ്ചേഷ്ടനായപ്പോൾ സീമന്തിനിയുടെ ഒരു മരണം കഴിഞ്ഞു. അവൾക്കു മാത്രമല്ല, തനിക്കും. ഇനിയെത്ര തവണ താൻ മരിക്കേണ്ടിവരും! സത്യത്തിൽ അധികാരം കൈയാളും എന്ന ഘട്ടത്തിലേക്കടുക്കുംതോറും ഉദാരതയിൽ നിന്ന് സങ്കുചിതമായ തുരുത്തിലേക്ക് തന്റെ സ്വാതന്ത്ര്യം പക്ഷപാതപരമായി ഒതുക്കപ്പെടുന്നു എന്നതല്ലേ വാസ്തവം. എല്ലാ ഭരണാധികാരികളും ഇങ്ങനെയായിരിക്കുമോ? എല്ലാ രാജ്യവും ഇങ്ങനെയാണോ? നൈതികമൂല്യങ്ങൾക്ക് വില കല്പിക്കാത്ത ഒരു മതഗ്രന്ഥത്തെയാണോ തന്റെ മുൻഗാമികൾ കഴിഞ്ഞ ആയിരം വർഷം സ്തുതിച്ചത്?

എന്താണ് അതുകൊണ്ടവർ നേടിയത്!

യുദ്ധങ്ങളും, കുരുതികളും, സമ്പത്തുമല്ലാതെ നാളെ വൈശാഖി വംശത്തിനെ കാലം അടയാളപ്പെടുത്തുമ്പോൾ ശിഷ്ടമായിട്ടെന്താണുണ്ടാകുക?

കമണ്ഡലുവുമായി കർമ്മികൻ എഴുന്നേറ്റപ്പോൾ അമൃതേശ്വരന്റെ ചിന്തകൾ മുറിഞ്ഞു. കാർമ്മികൻ സീമന്തിനിയെ വലംവച്ചു. അവൾക്ക് മൂന്നുവട്ടം പ്രാണജലമിറ്റിച്ചു. ജലപാത്രം താഴെ വച്ചയാൾ ആയുധമെടുത്തു. ചെങ്കുങ്കുമം കൊണ്ട് വരച്ച നികുംഭിലയുടെ നാക്കിലേക്ക് രക്തമിറ്റാൻ പാകത്തിൽ പര്യങ്കം ഉറപ്പിച്ചു. കാർമ്മികൻ രണ്ടു മൂന്നു തവണ സ്ഥാനമൊഴിഞ്ഞ് സീമന്തിനിയുടെ ശിരസ്സ് വെട്ടിമാറ്റാൻ കൃത്യമായ തലം കണ്ടെത്തി.

അമൃതേശ്വരൻ അസ്സഹനീയമായ ക്രൂരപ്രവൃത്തി കണ്ടുനില്ക്കാനാവാതെ തളത്തിലേക്ക് നടന്ന് ചെരാതിന് സമീപം വേദനയോടെ നിന്നു.

ഗോരോചനം ഹോമിക്കുന്ന ഗന്ധം. മന്ത്രോച്ചാരണങ്ങൾ ഉച്ചസ്ഥായിയിലായി. ബലിപീഠത്തിൽ വെട്ട് വീഴുന്ന ശബ്ദം കേട്ടു. അമൃതേശ്വരൻ പിടഞ്ഞു. ആന്തലിൽ മുന്നിലെ ചെരാത് നാളം കെട്ടുപോയി.

ഇരുട്ട് – സർവ്വത്ര ഇരുട്ട്.

## ഒൻപത്

**സീ**മന്തിനിയുടെ പിതാവും, സഹോദരിമാരും മുറ്റത്തിരുന്ന് മുറം നെയ്യുകയാണ്. നെയ്ത്ത് കഴിഞ്ഞ കുറെ മുറങ്ങൾ അടുക്കടുക്കായി ഒരു ഭാഗത്ത് കൂട്ടിയിട്ടിട്ടുണ്ട്. മക്കളെപ്പോലും അതിശയിപ്പിക്കും വൃദ്ധന്റെ കൈവേഗം. ഈറ്റയുടെയും, മുളയുടെയും ശീലാന്തികൾക്ക് മീതെ പുല്ലുമേഞ്ഞ, കരി കലർത്തി ചാണകം മെഴുകിയ നിലമുള്ള ചെറിയ പുര

യാണ് അവരുടേത്. വലിയൊരാൽമരം ഇലഞ്ഞിമരത്തോടിണ ചേർന്ന് മുറ്റത്തേക്ക് പന്തലുകൾ സൃഷ്ടിക്കുന്നു. ഇലകൾ വിറപ്പിച്ച് സദാനേരവും ശീതളിമ തരുന്ന ആൽമരത്തിന്റെ മുകളറ്റത്തെ ശിഖരത്തിൽ ഒരു ഗരുഡൻ ഒറ്റയ്ക്ക് പാർക്കുന്നുണ്ട്.

പടികടന്ന് മൂന്നുപേർ വരുന്നത് വൃദ്ധൻ ശ്രദ്ധിച്ചു. കാഴ്ച തെളിഞ്ഞപ്പോൾ ഉള്ളിലൊരു നീറ്റലുണ്ടായി– കാളിയൻ! അയാൾ രണ്ടനുചരന്മാരുമായി മുറ്റത്തെത്തി. പെൺകുട്ടികൾ ജോലി നിർത്തി വീട്ടിനകത്തേക്ക് പിൻവാങ്ങി. പിരിച്ച മീശയും, പെരുത്ത ശരീരവുമുള്ള ധനികനായ കാളിയനെ അവർക്ക് ഭയമാണ്. അയാളുടെ രൂപവും, ഭാവവും തന്നെ നിർമ്മമനാണെന്ന് തോന്നിപ്പിക്കുന്നു. സീമന്തിനിയുടെ അച്ഛന്റെ ഗതികേട് കൊണ്ട് കിട്ടിയ ഒരു വാക്കിന്റെ പിൻബലം വച്ച് ഇതിന് മുമ്പ് പലതവണ വന്ന് അയാൾ അസുഖകരമായ അന്തരീക്ഷം സൃഷ്ടിച്ചിട്ടുണ്ട്.

“സീമന്തിനി എവിടെ? ” കാളിയൻ ക്രുദ്ധനാണ്.

മറുപടി പറയാൻ വൃദ്ധൻ വിമ്മിട്ടപ്പെട്ടു.

“അവൾ....രണ്ടു ദിവസമായി അവളെ കാണാനില്ല. അന്വേഷിക്കാനിനി ഒരിടവും ബാക്കിയില്ല.”

“സത്യം പറഞ്ഞോ, അവളെ നിങ്ങളെങ്ങോട്ടാണ് മാറ്റിയത്. അതോ വേറെയാർക്കെങ്കിലും വിവാഹം ചെയ്തു കൊടുത്തോ? ”

“ഞാൻ പറഞ്ഞത് സത്യമാണ്. അവളെവിടെയാണെന്നെനിക്കറിയില്ല.”

“തന്ത്രം വേണ്ട കിഴവാ, അവൾക്ക് പൂക്കച്ചവടം നടത്താനാണ് നിങ്ങളെന്നോട് പണം കടം വാങ്ങിയത്. ആ പണമോ തിരിച്ചു തന്നില്ല. അവളെ വിവാഹം ചെയ്തു തരാമെന്ന വാക്കും തെറ്റിച്ചാൽ...”

വൃദ്ധൻ കണക്കുകൾ കൂട്ടിയിരുന്നു: ഇനി തങ്ങൾക്കൊരിക്കലും നിവർത്തിക്കാനാവാത്ത കാളിയനുമായുള്ള സാമ്പത്തികവ്യവഹാരത്തിൽ നിന്ന് രക്ഷപ്പെടാൻ അയാളാഗ്രഹിച്ചപോലെ സീമന്തിനിയെ അയാൾക്ക് വിവാഹം ചെയ്തു കൊടുക്കാം. അതിലൂടെ വരുന്ന ധനികന്റെ ബന്ധുത്വം ഒരു തണലായി തീരുകയും ചെയ്യും.

പക്ഷേ, ഇപ്പോൾ സീമന്തിനിയുടെ തിരോധാനം എല്ലാ പ്രതീക്ഷകളും തകിടം മറിച്ചിരിക്കുന്നു.

കാളിയൻ ഭീഷണി മുഴക്കി:

“നിനക്ക് രണ്ടു ദിവസം സമയം തരാം. അതിന് മുമ്പ് അവളെ എന്റെ മുന്നിലെത്തിച്ചിരിക്കണം. ഇല്ലെങ്കിൽ...! നിന്റെ മറ്റ് രണ്ടു പെൺമക്കളെ നിന്റെ കൺമുന്നിലിട്ടു തന്നെ ഞങ്ങൾ നശിപ്പിക്കും.”

കാളിയന്റെ വാക്കുകളിൽ നിന്ന് രൂപപ്പെട്ട ആപല്ക്കരമായ ദൃശ്യച്ചീന്ത് നിരാകരിച്ചിട്ടും വൃദ്ധന്റെ മനസ്സിൽ തെളിഞ്ഞു. ഭീതി അയാളുടെ കണ്ണുകളിൽ നിഴലിച്ചു. പല്ലുകൾ കൊഴിഞ്ഞ് കുഴിഞ്ഞ കവിൾത്തടങ്ങളിലൂടെ ദൈന്യം താഴേക്കിറ്റി. സീമന്തിനിയുടെ അപ്രത്യക്ഷമാകലിനേക്കാൾ വൃദ്ധനെ വിഷമിപ്പിച്ചത് കാളിയന്റെ ഭീഷണിയായിരുന്നു.

കാളിയനും, കൂട്ടരും പൊയ്കഴിഞ്ഞപ്പോൾ പെൺകുട്ടികൾ വൃദ്ധനു ചുറ്റും കൂടി. സീമന്തിനിയെ സംബന്ധിച്ച് അയാൾക്ക് ആധിയേക്കാൾ ഇപ്പോഴവളോട് ഈർഷ്യയായിരുന്നു. അതയാളുടെ വാക്കുകളിൽ പ്രതിഫലിച്ചു:

"ഇനി നമ്മളെന്തു ചെയ്യും? അവൾ കാരണം നിങ്ങളുടെ ജീവിതം കൂടി അപകടത്തിലാവും. പറഞ്ഞാ പറഞ്ഞപോലെ ചെയ്യുന്നവനാ ആ ദുഷ്ടൻ."

സാധാരണ ഗതിയിൽ കാളിയനുമായുള്ള ബന്ധത്തെ ഇഷ്ടമില്ലാതിരുന്ന സീമന്തിനി തങ്ങളുടെ ജീവിതം ദുസ്സഹമാക്കി എവിടേക്കെങ്കിലും കടന്നു കളഞ്ഞതായിരിക്കുമെന്നായിരുന്നു അയാളുടെ വിചാരം. കാളിയനെച്ചൊല്ലി വീട്ടിൽ ഉണ്ടാകുന്ന കലഹത്തിൽ അങ്ങനെ ചെയ്യുമെന്നവൾ പറയാറുണ്ടായിരുന്നു.

"നമുക്ക് കൊട്ടാരത്തിൽ പോയി പരാതി ബോധിപ്പിച്ചാലോ? ജ്യേഷ്ഠത്തിയെ കാണാതായിട്ടും രണ്ടു ദിവസമായില്ലേ? " പെൺമക്കളിൽ ഇളയവൾ പറഞ്ഞു.

ഈ അവസരത്തിൽ അതാണ് നല്ലതെന്ന് വൃദ്ധനും തോന്നി. നിയമപരമായി മുന്നോട്ടു നീങ്ങുക. ആരെയും വഞ്ചിക്കാൻ വേണ്ടി ഇതുവരെ താനൊന്നും ചെയ്തിട്ടില്ല. വൈകേണ്ട, ഇന്നുതന്നെ പരാതിയുമായ് കൊട്ടാരത്തിലേക്ക് പോകാം. അധികാരികളുടെ പിൻബലമല്ലാതെ മുന്നിൽ മറ്റു മാർഗ്ഗമില്ല. അകാലത്തിൽ സർപ്പദംശനമേറ്റു മരിച്ച മകനെ കുറിച്ചപ്പോൾ വൃദ്ധനോർത്തു. അവനുണ്ടായിരുന്നെങ്കിൽ! മകൻ, മകനുമുമ്പ് തന്റെ പിതാവ്, മകനുശേഷം തന്റെ ഭാര്യ! തന്റെ പിതാവിന് സംഭവിച്ച ഒരു കൈപ്പിഴയിൽ തലമുറകളെ തന്നെ മുച്ചൂടും നശിപ്പിക്കും എന്ന് രുധിരപ്രതിജ്ഞ ചെയ്ത മഹാസർപ്പത്തിന്റെ തീരാപ്പക...! ഒരുപക്ഷേ, ഇപ്പോൾ സീമന്തിനിക്ക് പറ്റിയിരിക്കുന്നതും അതാണെങ്കിൽ...? താൻ ചെയ്ത പരിഹാരക്രിയകളും, മൂർത്തിസത്സംഗവും വിഫലമായിരിക്കുന്നു എന്നാണർത്ഥം.

അടുക്കിവയ്ക്കാൻ നെയ്തുകൂട്ടിയിരുന്ന മുറങ്ങൾ എടുക്കുമ്പോൾ അതിനുള്ളിൽ ചുരുണ്ടു കൂടിയിരിക്കുന്ന നിതാന്തശത്രു തങ്ങൾക്ക് നേരെ ഫണം വിടർത്തുമോ എന്ന് വൃദ്ധൻ ഭയപ്പെട്ടു.

അയാളുടെ ഭയത്തെ അധികരിക്കും വിധം ഉലയുന്ന മുളങ്കാടുകളിൽ നിന്ന് ചൂളമുയർന്നു–സർപ്പം സംഗീതമുതിർക്കും! പുൽക്കുടിലിലെ ഉത്തരത്തിൽനിന്ന് ഒരു ഗൗളി ചിലച്ചു. ആൽമരത്തിലെ ഗരുഡനപ്പോൾ ജാഗരൂകനായി.

കൊട്ടാരത്തിലെ പടിപ്പുരവാതിലിൽ ഒരു ബഹളം നടക്കുന്നത് മട്ടുപ്പാവിൽ നിന്ന് അമൃതേശ്വരൻ കണ്ടു. അകത്തേക്ക് പ്രവേശിക്കാനൊരുങ്ങുന്ന ഒരു വൃദ്ധനെ പാറാവുകാർ വിലക്കുന്നു. സമീപം മന്ത്രിയുമുണ്ട്. പതിഞ്ഞ ശബ്ദത്തിൽ വൃദ്ധൻ പറയുന്നതെന്താണെന്ന് ഇവിടേക്ക് കേൾക്കാനില്ല. അയാളർത്ഥിക്കുകയാണെന്ന് വ്യക്തം. പ്രകൃതത്തിൽ

നിന്നയാൾ പരിഗണന അർഹിക്കുന്നുമുണ്ട്. എന്നിട്ടും ഭടന്മാർ അയാളെ എതിർക്കുന്നതെന്തിനായിരിക്കും? അമൃതേശ്വരൻ താഴേക്കിറങ്ങി.

വൃദ്ധനോട് പാറാവുകാരന്റെ പരുഷമായ ശബ്ദം:

"നിന്റെ പുത്രി ജാരന്റെ കൂടെ ഒളിച്ചോടിയതാണ്."

"എന്നോട് പറയാതെ അവളാരുടെ കൂടെയും പോകില്ല. അവൾക്കെന്തോ ആപത്തു പറ്റിയിട്ടുണ്ട്. അത് ബോധിപ്പിക്കാനാ ഞാൻ..."

"അവളുടെ അമ്മ, നിന്റെ ആദ്യഭാര്യ പണ്ട് ഒരാളുമൊത്ത് നാട് വിട്ട കഥ എല്ലാവർക്കുമറിയാം."

മന്ത്രി വാഗ്ശരമെയ്തു.

അപമാനഭാരത്താൽ വൃദ്ധൻ തലകുനിച്ചു. അയാൾക്ക് പിന്നെ വാക്കുകൾ കിട്ടാതായി. അവർക്കരുകിലെത്തിയ അമൃതേശ്വരൻ മന്ത്രിയോട് കാര്യങ്ങൾ തിരക്കി.

"അനാവശ്യമായ ഒരു പരാതിയുംകൊണ്ടാണിയാൾ വന്നിരിക്കുന്നത്. കള്ളകാമുകനുമൊത്ത് ഒളിച്ചോടിയ ഇയാളുടെ മകളെ കണ്ടെത്തണമത്രെ!"

"അയാളെ വിടൂ. സങ്കടം ബോധിപ്പിക്കാൻ വന്ന ഒരാളോട് ഇങ്ങനെയാണോ പെരുമാറുന്നത്? " അമൃതേശ്വരൻ രോഷാകുലനായി.

മന്ത്രി അമൃതേശ്വരനരുകിൽ വന്ന് സ്വരം താഴ്ത്തി:

"ഇയാൾ സീമന്തിനിയുടെ പിതാവാണ്."

അതറിഞ്ഞപ്പോൾ അമൃതേശ്വരൻ വിഷമവൃത്തത്തിലായി. അയാൾ അനുതാപത്തോടെ വൃദ്ധനരുകിലേക്ക് ചെന്നു. ഭടന്മാരുടെ പിടിയിൽ നിന്ന് കുതറി വൃദ്ധൻ അമൃതേശ്വരനരികിലെത്തി യാചിച്ചു:

"കനിവുണ്ടാകണം. കാളിയൻ എന്ന പ്രഭുവിൽ നിന്ന് കുറച്ചു പണം കടം വാങ്ങിയിരുന്നു. അത് കൊടുത്തുതീർക്കാൻ ദാരിദ്ര്യം എന്നെ അനുവദിച്ചില്ല. പകരം സീമന്തിനിയെ മംഗലം ചെയ്തു കൊടുക്കാമെന്ന് ഞാൻ വാക്കു കൊടുത്തു. അവളെ കാണാതായതിൽ പിന്നെ അതിൽ ചൊല്ലി എന്റെ മറ്റു മക്കളെ നശിപ്പിക്കും എന്നാണ് അയാൾ ഭീഷണിപ്പെടുത്തുന്നത്. ഞങ്ങളെ കാളിയനിൽനിന്നും രക്ഷിച്ച് എന്റെ മകളെ കണ്ടെത്തിത്തരണം."

അമൃതേശ്വരൻ സ്വന്തബന്ധത്തിലുള്ള ഒരാളെന്നപോലെ വൃദ്ധന്റെ മെലിഞ്ഞ കൈകൾ തന്റെ കൈപ്പടത്തിലൊതുക്കി:

"കാളിയനെ നിങ്ങളിനി ഭയക്കേണ്ട. വേണ്ടത് ഞാൻ ചെയ്തോളാം. പൊയ്ക്കോളൂ."

ദൃഢമായ ആ വാക്കുകളിൽ വൃദ്ധന് അതിയായ വിശ്വാസം തോന്നി. അയാളാ നന്ദിയോടെ അമൃതേശ്വരനെ നോക്കി. ആ കണ്ണുകളിൽ കുമാരൻ നിസ്വതയുടെ ലോകം തെളിഞ്ഞു കണ്ടു.

വൃദ്ധൻ പോയപ്പോൾ അയാളോടുള്ള മോശം ചെയ്തികൾ കാരണമുള്ള അതൃപ്തിയോടെ അമൃതേശ്വരൻ മന്ത്രിയെ നോക്കി. മന്ത്രി തന്റെ ന്യായം അവതരിപ്പിച്ചു:

"രാജഗുരു പറഞ്ഞിട്ടാണ്."

അമൃതേശ്വനൊന്ന് നെടുവീർപ്പിട്ടു. പിന്നെ മന്ത്രിയോടും, ഭടന്മാരോടുമായി പറഞ്ഞു:

"ഇന്നുതന്നെ ഇതിനൊരു പരിഹാരമുണ്ടാക്കണം. വരൂ."

ആർപ്പും, ആരവവുമുയരുന്ന കളിക്കളത്തിൽ കാളിയൻ ഘോഷത്തോടെ പകിട എറിഞ്ഞു. കരുക്കൾ അനുകൂലമായപ്പോൾ അയാൾ തിമിർപ്പിന്റെ ശബ്ദം മുഴക്കി. വീണ്ടും എറിയാൻ പകിട കൈയിലെടുത്തപ്പോൾ ചന്തയുടെ ജനബാഹുല്യത്തിൽ തനിക്കു നേരെ ഒരു വഴി രൂപപ്പെടുന്നത് കാളിയൻ കണ്ടു. അമൃതേശ്വരനും ഭടന്മാരും അയാൾക്കു മുന്നിലെത്തി. മുന്നിൽ അവതരിച്ച യുവരാജാവിനെ കണ്ട് കളിക്കളത്തിൽനിന്നും എല്ലാവരും നിവർന്നു. അമൃതേശ്വരൻ കാളിയന്റെ കൈയകലത്തിൽ വന്നു നിന്നു. തന്റെ കണ്ണുകൾക്ക് മുന്നിൽ ചൂളിയ കാളിയൻ ഒറ്റനോട്ടത്തിൽ രൗദ്രതയുടെ ആവരണമണിഞ്ഞ ഭീരുവാണെന്ന് അമൃതേശ്വരന് തോന്നി.

"നീയാണോ കാളിയൻ?" അമൃതേശ്വരൻ ചോദിച്ചു.

"അതെ."

"വൃദ്ധനായ സീമന്തിനിയുടെ പിതാവിനോട് നീ ചില ദ്രോഹങ്ങൾ പ്രവർത്തിച്ചെന്നറിഞ്ഞു. ശരിയാണോ?"

"അവരെന്നിൽനിന്നും കുറെ പണം കടം വാങ്ങിയിരുന്നു. അത് തിരിച്ചു തരാത്തതിനെച്ചൊല്ലിയാണ് ഞങ്ങൾ തമ്മിൽ തർക്കമുണ്ടായത്."

"അവർ വാങ്ങിയ പണം എത്രയായാലും നിനക്ക് കൊട്ടാരം ഖജനാവിൽ വന്ന് വാങ്ങാം."

"അതുമാത്രമല്ല സീമന്തിനിയെ വിവാഹം ചെയ്തു തരാമെന്ന വാക്കും തന്നിരുന്നു."

"അവർ വാക്കു തന്നതല്ല. മോശം സാഹചര്യം നീ ചൂഷണം ചെയ്തു. മേലിൽ അവരെ ശല്യപ്പെടുത്തരുത്."

"ഇതെന്ത് ന്യായം യുവരാജൻ. പണം തിരികെ തരാതെയും, വാക്കു പാലിക്കാതെയും വഞ്ചിച്ചതവരല്ലേ? "

"നോക്ക്, സീമന്തിനിയെ നിനക്കിനി കിട്ടില്ല. അവൾക്കിഷ്ടമുള്ള പുരുഷനെ വരിച്ച് അവൾ രാജ്യം വിട്ടുപോയി. അതിൻപ്രകാരം മേലിൽ അവളുടെ കുടുംബത്തെ ഉപദ്രവിക്കാൻ ശ്രമിച്ചാൽ നിനക്ക് ദണ്ഡനമുറകളേല്ക്കേണ്ടിവരും. മനസ്സിലായോ?"

കാളിയനൊന്നും മിണ്ടിയില്ല. അമൃതേശ്വരൻ ചോദ്യമാവർത്തിച്ചു.

കാളിയനിൽ അടിയറവിന്റെ പ്രതിസ്വരം.

അമൃതേശ്വരനും, കൂട്ടരും മടങ്ങിയപ്പോൾ കാളിയനുചുറ്റും സൗഹൃദത്തിന്റെ സംഘം നിരന്നു.

കാളിയൻ പിറുപിറുത്തു:

"ഈ കുമാരൻ രാജാവായാൽ നമുക്ക് നീതി കിട്ടില്ല."

താക്കീത് നല്കി മടങ്ങുമ്പോൾ അമൃതേശ്വരന്റെ ആത്മഗതം:

'തന്റെ പ്രവൃത്തിയിൽ ഋജുത്വം നഷ്ടമായിരിക്കുന്നു. പഴുതുകളയ്ടക്കാൻ നുണകൾ പറയേണ്ടി വന്നിരിക്കുന്നു.'

ഒരു മഹത്വചനം കുമാരനോർത്തു:

ചെറിയ ദാനത്തിന് മഹത്തായ ഫലം ലഭിക്കുന്നതുപോലെ, ചെറിയ അധർമ്മത്തിനും വലിയ ഫലം ലഭിക്കും.

## പത്ത്

**രാ**ജാവിന്റെ നിര്യാണത്തിന് ശേഷം ആദ്യമായി അനൗപചാരിക മായൊരു സഭ തന്ത്രാലോചനാലയത്തിൽ ചേർന്നു. മേൽനോട്ടം അമൃ തേശ്വരനായിരുന്നെങ്കിലും അതോർമ്മിപ്പിച്ചത് രാജഗുരുവായിരുന്നു. രാജ ഗുരു ഓർമ്മിപ്പിക്കാതെതന്നെ അത്തരമൊന്ന് സംഘടിപ്പിക്കാൻ തോന്നാ ത്തതിൽ അമൃതേശ്വരന് ഖേദം തോന്നി. ഭരണകാര്യങ്ങളിലുള്ള തന്റെ ന്യൂനതയ്ക്ക് സ്വയം ദൃഷ്ടാന്തമായി തീരുകയും ചെയ്തു ആ സംഭവം. ശൂന്യമായി കിടക്കുന്ന തന്റെ ചില ചിന്താമണ്ഡലത്തെക്കുറിച്ച് അയാൾക്ക് അരിശവും വന്നു. തനിക്കൊരു തികഞ്ഞ ഭരണാധികാരി യായി തീരാൻ കഴിയില്ലേയെന്ന് കുമാരൻ ശങ്കിച്ചു. പിതാവിന്റെ തണ ലിൽ തന്റെ എത്രയോ സമയം ചിത്രരചനയ്ക്കും, ആസ്വാദനത്തിനു മായി നഷ്ടപ്പെടുത്തി കളഞ്ഞെന്ന വ്യഥിത ബോധവും ആദ്യമായി രൂപ പ്പെട്ടു.

രാജഗുരു, പ്രധാനസചിവൻ, അമൃതേശ്വൻ, രണ്ടു മന്ത്രിമാർ തുടങ്ങി വളരെ പ്രധാനപ്പെട്ടവർ മാത്രമേ സഭയിൽ സന്നിഹിതരായിരുന്നുള്ളൂ.

പ്രധാന സചിവൻ നിജസ്ഥിതികൾ വിവരിച്ചു:

"വിശാരദൻ കരുത്താർജ്ജിക്കുകയാണ്. അയൽരാജ്യങ്ങളുമായി ഉട മ്പടികളുണ്ടാക്കുന്നു. നാം അധിനിവേശപ്പെടുത്തിയ ഭൂമി തിരിച്ചു പിടി ക്കുക തന്നെ ലക്ഷ്യം. അതിർത്തിയിൽ ഇന്നലെയൊരു സംഘർഷവുമു ണ്ടായി. ശത്രു തക്കം പാർക്കുകയാണ്. നമ്മൾ കൂടുതൽ ശ്രദ്ധിക്കേണ്ടി യിരിക്കുന്നു."

പ്രധാനസചിവൻ അവസാനിപ്പിച്ചപ്പോൾ അടുത്ത മന്ത്രിയുടെ ഊഴം:

"വിശാരദത്തിന്റെ അതിർത്തിയിൽ നാം സദാ നിരീക്ഷണനിരതരാ കേണ്ടിയിരിക്കുന്നു. കുറച്ചുകൂടി സൈന്യത്തെ വിന്യസിപ്പിക്കണം. അതു മാത്രമല്ല നമ്മുടെ തടവിലുള്ള സുബലന്റെ മോചനത്തിന് വേണ്ടി പ്രബ ലരാജാക്കന്മാരുടെ സമ്മർദ്ദങ്ങൾക്കും അവർ ശ്രമിക്കുന്നുണ്ട്. സുബലനെ പ്രതിപുരുഷനായി ഉയർത്തിക്കൊണ്ടുവന്ന് വിഗ്രഹവല്ക്കരിച്ച് ലോക രാജ്യങ്ങൾക്ക് മുമ്പിൽ ശശാങ്കപുരത്തെ ഇകഴ്ത്തി കാട്ടുകയാണ് ലക്ഷ്യം. ചിലപ്പോൾ നാം തന്നെ പ്രചരിപ്പിച്ച രാജാവിന്റെ അപകടവാർത്ത ദുരുപയോഗം ചെയ്യാനും അവർ ശ്രമിച്ചേക്കാം."

അടുത്തയാളും ഏതാണ്ട് ഇതേ അഭിപ്രായങ്ങൾ തന്നെയാണ് പറ ഞ്ഞത്. ശേഷം എല്ലാവരും രാജഗുരുവിനെ നോക്കി. അദ്ദേഹം സ്വമേധയാ

പ്രതിവചിച്ചില്ല. അമൃതേശ്വരൻ ആരാഞ്ഞു:

"ഇതിൻപ്രകാരം അങ്ങയുടെ അഭിപ്രായം പറഞ്ഞാലും ഗുരോ?"

രാജഗുരു ഇരിപ്പിടത്തിൽ നിന്നെഴുന്നേറ്റ് ചിന്താമഗ്നനായി കുറച്ചു നേരം ഉലാത്തി. അദ്ദേഹം പറഞ്ഞു തുടങ്ങി:

"ശശാങ്കപുരത്തിന്റെ സമകാലീകാവസ്ഥ മുതലെടുക്കാൻ തന്നെയാണ് ഏവരും ശ്രമിക്കുക. വിശാരദം മാത്രമല്ല ശത്രുപക്ഷത്തുള്ളത്. വിദർഭ, ത്രിപുര തുടങ്ങിയ രാജ്യങ്ങളും എതിർനിരയിൽ വരും. പ്രതിരോധം വർദ്ധിപ്പിക്കുന്നതിനൊപ്പംതന്നെ നമ്മുടെ ബാഹ്യനയതന്ത്രബന്ധങ്ങളും പുഷ്ടിപ്പെടുത്തണം. സൈനികശക്തി മാത്രം വിജയാധാരമായ കാലം കഴിയുകയാണ്. ഭൂമിശാസ്ത്രപരമായ പ്രത്യേകതകളും, വ്യുൽപത്തിയും, ശാസ്ത്രവും, നേതൃപാടവവുമൊക്കെ നിർണ്ണായക ഘടകങ്ങളായിക്കഴിഞ്ഞു. ഒറ്റപ്പെടുത്തി ഉപരോധങ്ങൾ തീർക്കലും പുതിയ പ്രവണതയാണ്. ഇതിനെല്ലാമുപരി നാം നമ്മുടെ മൗലികത കാത്തു സൂക്ഷിക്കുകയും വേണം. ഈയവസരത്തിൽ വളരെ പ്രധാനപ്പെട്ട മറ്റൊരുകാര്യം സുബലന്റെ വധശിക്ഷയാണ്. എത്രയും പെട്ടെന്നത് നടപ്പിലാക്കണം. അതൊരു പഴുതടയ്ക്കൽ കൂടിയാണ്."

അമൃതേശ്വരൻ സാംഗത്യമേകി:

"അങ്ങ് പറഞ്ഞത് തീർത്തും കാര്യമാത്രപ്രസക്തം. സുബലന്റെ കാര്യം വൈകിക്കാതെ തീർപ്പാക്കുകതന്നെ വേണം."

"തൂക്കുകയർ നല്കുന്നതിന് മുമ്പ് ഇരയുടെ അവസാനത്തെ അഭീഷ്ടം സാധിച്ചുകൊടുക്കുക എന്നൊരു ചടങ്ങുണ്ട്. കുമാരൻ തന്നെ മുൻകൈയെടുത്ത് അതിനുള്ള ഏർപ്പാടുകൾ ചെയ്യുക."

അത്രയും പറഞ്ഞ് രാജഗുരു സഭയിൽനിന്നും ഏകപക്ഷീയമായി നടന്നകന്നു. ഇനിയും ദുരീകരിക്കാനുള്ള കുറെ സംശയങ്ങൾ അമൃതേശ്വരനുള്ളിൽ പുകഞ്ഞുനീറി. വീണ്ടും രാജഗുരുവിനെ തിരികെ വിളിച്ച് അതവതരിപ്പിക്കാൻ അയാൾക്ക് വിമുഖത തോന്നി.

സുബലനെ കാണാൻ തടവറയിലേക്ക് ചെല്ലുമ്പോൾ അമൃതേശ്വൻ അത്ഭുതം കൂറി. ഇപ്പോൾ സുബലനെ ഒറ്റവെട്ടിന് കൊല്ലാനുള്ള ഉദ്വേഗമടങ്ങിയിരിക്കുന്നു. രാജ്യത്തെയും തന്നെയും അനാഥമാക്കിയ അവനോട് തീരാത്ത വൈരവും, കലിപ്പുമുണ്ട്. പക്ഷേ, അയാൾ പടവെട്ടി വിജയിച്ച യോദ്ധാവാണ്. ആ പരിഗണന സ്വയമറിയാതെ ഉള്ളിൽ വളർന്നിരിക്കുന്നു. കലങ്ങി മറിഞ്ഞ ജലാശയം ക്രമേണ തെളിമ കൈവരിക്കുന്നതുപോലെ മനസ്സ് യാഥാർത്ഥ്യത്തോട് താദാത്മ്യപ്പെടുമ്പോൾ സംഭവങ്ങളെ വസ്തുനിഷ്ഠമായി അപഗ്രഥിക്കാൻ കഴിയുന്നു. സുബലൻ ആദരവർഹിക്കുന്ന ശത്രുവായി തീർന്നിരിക്കുന്നു.

അമൃതേശ്വരന്റെയും, കാവൽക്കാരുടെയും സാന്നിദ്ധ്യമറിഞ്ഞിട്ടും സുബലൻ ഇരുട്ടറയിൽ കൂനിപ്പിടിച്ചിരുന്നു. പേരെടുത്ത് വിളിച്ചപ്പോൾ അയാൾ അഴികൾക്കടുത്തേക്ക് വന്നു. പഴയ വീരഭാവമകന്നിരിക്കുന്നു. കൺപോളകൾ ചീർത്ത്, ഇടതൂരാത്ത ചെമ്പിച്ച താടിരോമങ്ങൾ വളർന്ന

പ്പോൾ ആ മുഖം അപരിചിതമായി തോന്നി. അപ്പോഴാണ് സ്വന്തം ശ്മശ്രുക്കളെ കുറിച്ചമൃതേശ്വരൻ ഓർത്തത്. സുബലന്റെയും തന്റെയും ശോകശ്മശ്രുക്കൾക്ക് ഒരേ പ്രായം.

"നിനക്കുള്ള വധശിക്ഷ ഉടൻ നടപ്പിലാക്കുന്നു. എന്തെങ്കിലും അന്ത്യാഭിലാഷമുണ്ടെങ്കിൽ ആവശ്യപ്പെടാം."

അമൃതേശ്വരനത് പറഞ്ഞപ്പോൾ നിർവ്വികാരതയിൽനിന്ന് സുബലന്റെ ചുണ്ടിൽ വിളറിയ ഒരു ചിരി വിടർന്നു. ദ്വന്ദ്വത്തെ കുറിച്ചാണ് അമൃതേശ്വരനോർത്തത്. ഹർഷത്തിൽ മാത്രമല്ല ചിലപ്പോൾ ദുഃഖത്തിലും മനുഷ്യൻ ചിരിക്കുന്നു. സന്തോഷത്തിൽ ചിലപ്പോൾ മനുഷ്യൻ കരയുന്നു.

'എനിക്കവകാശപ്പെട്ട അവസാനത്തെ ഔദാര്യം അല്ലേ?' സുബലൻ മന്ത്രിച്ചു.

"അതെ."

"നിങ്ങൾ അധിനിവേശപ്പെടുത്തിയ എന്റെ രാജ്യത്തിന്റെ മണ്ണ് തിരികെ കൊടുക്കാൻ പറ്റുമോ?"

"ഇല്ല."

"എന്നെ തൂക്കരുതെന്ന് പറഞ്ഞാൽ അതും സാധിച്ചു തരാൻ കഴിയില്ല. ഇല്ല– താങ്കളോട് യുദ്ധം ചെയ്യാനാണ് ആഗ്രഹം എന്നും ഞാൻ പറയില്ല."

കുറഞ്ഞ വാക്കുകൾകൊണ്ട് വലിയ ആശയങ്ങൾ തീർത്ത് സുബലൻ തന്നെ പരിഹസിക്കുകയാണോയെന്ന് അമൃതേശ്വരൻ സംശയിച്ചു.

അമൃതേശ്വരൻ പറഞ്ഞു:

"സത്യത്തിൽ നിന്നോട് യുദ്ധം ചെയ്യാൻ ഞാൻ അഗ്രഹിക്കുന്നുണ്ട്. പക്ഷേ, അത് സാധിച്ചു തരാൻ കഴിയില്ല. നിന്നെ ഭയന്നല്ല. കുലഗ്രന്ഥം തൊട്ട് സത്യം ചെയ്യിച്ചു രാജഗുരു."

"താങ്കളുടെ പിതാവിനെ വധിക്കാൻ കഴിയുമെന്ന് കരുതിയിരുന്നില്ല. അത് സംഭവിച്ചു പോയതാണ്. സ്വയം ആഹുതിതന്നെയായിരുന്നു ലക്ഷ്യം. ഒരു ദുരിതക്കയത്തിൽനിന്ന് എന്നെ ജീവിതത്തിലേക്ക് രക്ഷിച്ചെടുത്ത എന്റെ യജമാനനുവേണ്ടി. മരണമല്ല ഈ കാത്തിരിപ്പാണസ്സഹനീയം."

"വൈകില്ല. അമാവാസിയുടെ അന്ന് നിന്റെ വധം നടപ്പാക്കും. "

"എങ്കിൽ എന്റെ അവസാനത്തെ ആഗ്രഹം ഞാൻ പറയട്ടെ?"

"എന്താണത്? "

"എനിക്കെന്റെ മകളെ കാണണം. അവൾക്കൊരു മുത്തം കൊടുക്കണം."

"ആഗ്രഹം സാധിച്ചു തരാം, എവിടെയാണ് നിന്റെ കുടുംബം?"

"ഇപ്പോൾ നിങ്ങളുടെ അധീനതയിലുള്ള എടച്ചലത്തിൽ."

അമൃതേശ്വരൻ തടവറയിൽ നിന്ന് മടങ്ങി. അയാളുമായുള്ള വാഗ്വാദം, അടങ്ങിയ സുബലന്റെ വീര്യത്തെ ഉണർത്തി. സുബലൻ ഒരിക്കൽക്കൂടി രണഭൂമിയിലേക്ക് മടങ്ങിപ്പോകുകയായിരുന്നു. അയാൾ വീണ്ടും യുദ്ധം ചെയ്തു. മരണം മുന്നിൽ കണ്ട ശശാങ്കപുര രാജാവിന്റെ നിലവിളി സുബലന്റെ കാതുകളിലേക്കിരച്ചു.

മൃത്യു ഉത്തുംഗശൃംഗത്തിലേറിയ ശൂരനെപ്പോലും ഭയപ്പെടുത്തുന്നു! എന്തുകൊണ്ട് നിർഭയനായി ഒരാൾക്ക് മരണത്തെ നേരിട്ടുകൂടാ...! എന്തുകൊണ്ട്?

പ്രാണന് വേണ്ടി ഞാൻ യാചിക്കില്ല.

സുബലന് ചിരിക്കാൻ തോന്നി.

## പതിനൊന്ന്

**വ**ഴി ദുർഘടവും, വിജനവുമായിരുന്നു.

ചക്രങ്ങൾ ഉരുളൻകല്ലുകൾക്കിടയിൽ കുടുങ്ങി പലതവണ കാളകൾ നിന്നു. അവ നുരച്ചും പതച്ചും ഭാരം വലിച്ചു. ലോഹത്തിന്റെ പാദത്രാണങ്ങളുണ്ടായിട്ടും കാളകളുടെ കുളമ്പുകൾ നൊന്തു.

ക്ലേശിച്ച ഈ കാളവണ്ടി യാത്രപോലും തങ്ങളുടെ ജീവിതജാതകത്തെ പൂരകമാക്കുന്നുവെന്ന് യുവതിക്ക് തോന്നി. അവൾ മടിയിൽ കിടന്ന് മയങ്ങുന്ന മകളെ തഴുകി. ഇടുങ്ങിയതും ദുഷ്കരവുമായ സഞ്ചാരണങ്ങളുടെ ഏറ്റിറക്കങ്ങളിലും നിർബ്ബാധം ഉറങ്ങാൻ കഴിയുന്നത് മകളുടെ നിസ്സാരമല്ലാത്ത കഴിവുതന്നെ. നല്ലത്, ബാല്യത്തിലേ അവൾ അതിജീവനമാർജ്ജിക്കട്ടെ. മകളുറങ്ങിയത് യുവതിക്ക് ഒരാശ്വാസമായി. ഇനി സ്വതന്ത്രമായി കരയാമല്ലോ.

തന്റെ ഭർത്താവ് വിശ്വസിച്ചിരുന്നതുപോലെ ഈശ്വരൻ എന്നത് ഒരു മിഥ്യതന്നെയായിരിക്കുമെന്ന് അനുഭവം കൊണ്ടവൾ നിരൂപിച്ചു. ഉണ്ടെങ്കിൽ ഇത്ര നിർദ്ദയമായി തങ്ങളെ വേട്ടയാടാൻ ഈശ്വരന് കഴിയില്ല. ദുരിതങ്ങളിൽ നിന്ന് ദുരിതങ്ങളിലേക്കൊരു യാത്ര. എവിടെയാണ് തങ്ങൾക്ക് ജീവിതം?

കാളവണ്ടി ശശാങ്കപുരത്തിലേക്ക് പ്രവേശിച്ചു. മണ്ണും, ധൂളിയും കൂട്ടികലർത്തി മയപ്പെടുത്തിയ ഇരുവശത്തും ഉദ്യാനങ്ങൾ വളർന്ന് ചാഞ്ഞ പാതയിലൂടെ ഇത്തിരി ദൂരം സഞ്ചരിച്ചപ്പോൾ വൃഷഭങ്ങൾ സംവേദനത്തിന്റെ ആശ്വാസമറിഞ്ഞു. അപദാനങ്ങൾ ധാരാളം യുവതി കേട്ടിട്ടുണ്ട്. ശശാങ്കപുരം കുബേരന്മാരുടെ നാടാണ്. പൊതുയിടങ്ങൾ പോലും വൃത്തിയും വെടിപ്പുമാണ്. സർവ്വത്ര അലങ്കാരദീപങ്ങൾ. ഫലഭാരത്താൽ കുനിഞ്ഞു നില്ക്കുന്ന മരങ്ങളും വറ്റാത്ത ജലസമൃദ്ധിയും. മരുന്ന് കത്തിച്ച് സ്ഫോടനം നടത്തുന്ന ആധുനികായുധമുറകളുള്ള വമ്പിച്ച സേനാബലം. പക്ഷേ, അവർ ദയാമനസ്കരായിരിക്കുമോ? അറിഞ്ഞിടത്തോളം സമ്പന്നർ കഠിനഹൃദയരാണ്. ആ ചിന്ത അവളെ വീണ്ടും ദുർബ്ബലയാക്കി.

അവർ കൊട്ടാര കവാടത്തിലെത്തിയപ്പോൾ യുവതിയുടെ വ്യഥ കാവൽക്കാരോട് സംവദിച്ചിരിക്കണം. കാവൽക്കാർ അധികം ചോദ്യങ്ങൾ ചോദിച്ച് അവരെ വിഷമിപ്പിച്ചില്ല. യുവതിയുടെ കൈയിൽ മുഷിഞ്ഞ പഴന്തുണികൊണ്ടുള്ള ഒരു പൊതിയുണ്ടായിരുന്നു. ഭടന്മാർ അത് വാങ്ങി പരിശോധിച്ച് കാരാഗൃഹത്തിലേക്ക് നടത്തി. പുറം രാജ്യവും, കൊട്ടാര

വുമൊക്കെ അവർ ആദ്യമായി കാണുകയായിരുന്നു. ബാലികയുടെ നിഷ്കളങ്കമായ കുതൂഹലം അനവസരത്തിൽ ചില ചോദ്യങ്ങൾ ഉയർത്തി യുവതിയെ വിഷമിപ്പിച്ചു.

അവരെ കാരാഗൃഹത്തിലേക്കാക്കി ഭടന്മാർ പുറത്തേക്ക് പോയി. അഴികൾക്കിടയിൽ സുബലനെ കണ്ടപ്പോൾ ബാലിക ആഹ്ലാദത്തോടെ അച്ഛനെ വിളിച്ചു. സുബലൻ അഴികൾക്കിടയിലൂടെ കൈകൾ നീട്ടിയപ്പോൾ അവർ രണ്ടുപേരും ഒരുമയോടെ അയാളുടെ കരവലയത്തിലൊതുങ്ങി. യുവതി വിതുമ്പി:

"എനിക്കിത് സഹിക്കാൻ വയ്യ. ഇങ്ങനെയൊരു വിധി വരാൻ മാത്രം എന്ത് തെറ്റ് നമ്മൾ ചെയ്തു? എനിക്കും മോൾക്കും ഇനി ആരുണ്ട്?"

സുബലൻ മന്ത്രിച്ചു:

"കരയരുത്. ഈ കണ്ണീരെന്നെ തളർത്തും. എന്നെ അധീരനാക്കും."

മകളും കരഞ്ഞു തുടങ്ങിയിരുന്നു:

"അച്ഛനെന്നാണിനി കുടിയിലേക്ക് വരുക. അച്ഛനില്ലാതെ ഒരു രസവുമില്ല."

സുബലൻ മകളെ തലോടി:

"അച്ഛനിനി വരാൻ പറ്റില്ല പൊന്നു. അച്ഛനില്ലെങ്കിലും മോൾ നന്നായിരിക്കണം. അമ്മയും അമ്മായിയും പറഞ്ഞതനുസരിക്കണം. ന്റെ മോൾ മാണിക്ക്യകല്ലായി തിളങ്ങണം."

ബാലിക എന്തോ ഓർമ്മിച്ചെടുത്തെന്നോണം പെട്ടെന്ന് കരച്ചിൽ നിർത്തി ഒരു വലിയ കാര്യംപോലെ പറഞ്ഞു:

"ഇക്കുറിയും കൊയ്ത്തു മത്സരത്തിൽ എനിക്കാണ് സമ്മാനം. കഴിഞ്ഞ തവണത്തേക്കാൾ മൂന്നു പണം കൂടുതലുണ്ട്."

സുബലൻ അനുഗ്രഹാശിസ്സുകളോടെ മകളെ തഴുകി:

"എന്റെ മോൾക്ക് നല്ലതേ വരൂ."

അയാൾ മകളുടെ കവിളിൽ ഉമ്മവച്ചു. തുരുതുരാ ഉമ്മ വച്ചു. ഗന്ധം കൊണ്ടുമയാൾ വാത്സല്ലിച്ചു. അയാളുടെ സ്നേഹദാഹമടങ്ങിയില്ല. തീർന്ന് പോകുന്ന സമയത്തെ കുറിച്ചോർത്ത് വെപ്രാളപ്പെട്ട് അയാളതിഗാഢം മകളെ ആശ്ലേഷിച്ചു.... സുബലൻ ഭാര്യയുടെ നേരെ മുഖമുയർത്തി, അവളെന്തോ ചോദിച്ചില്ലേ?

"ക്ഷമിക്കണം. നിന്നെ വിധവയാക്കുന്നതിൽ...."

അത് പൂർത്തീകരിക്കാനനുവദിക്കാതെ അവൾ ഭർത്താവിന്റെ വായ് പൊത്തി.

"ഈ നാട്ടിലെ രാജാവിനോട് ഞാൻ കാലുപിടിച്ച് കെഞ്ചാം. ജീവിച്ചിരിക്കുന്നുവെന്നറിഞ്ഞാൽ മാത്രം മതി. ഈ ജന്മം മുഴുവൻ കാത്തിരുന്നുകൊള്ളാം. എന്തെങ്കിലും മാർഗ്ഗം?"

സുബലൻ നിഷേധത്താൽ തലയാട്ടി:

"ഞാൻ വധിച്ചത് ഈ രാജ്യത്തിന്റെ രാജാവിനെയാണ്. മരണത്തിൽ കുറഞ്ഞൊരു ശിക്ഷ അവരെനിക്ക് തരില്ല."

നിശ്ശബ്ദത.

ബാലിക അമ്മയുടെ കൈയിലുണ്ടായിരുന്ന പൊതി വാങ്ങി അതിൽ നിന്നും ഒരു പലഹാരമെടുത്ത് സുബലന് നീട്ടി:

"അച്ഛനിഷ്ടപ്പെട്ട കായപ്പം."

അയാളത് വാങ്ങുമ്പോൾ ഭടന്മാർ അങ്ങോട്ടു വന്നു:

"അനുവദിക്കപ്പെട്ട സമയം കഴിഞ്ഞിരിക്കുന്നു. ഇനി പുറത്തു പോകണം."

അതുകേട്ടപ്പോൾ അതുവരെയുണ്ടായിരുന്ന യുവതിയുടെ മട്ടുമാറി. നിയന്ത്രണം വിട്ടവൾ ചീറി:

"ഇല്ല. ഞാൻ പോകില്ല. എന്റെ ഭർത്താവില്ലാതെ ഞാൻ പോകില്ല. ഞാനിവിടെ കിടന്ന് ചാകും."

ഭടന്മാർ ബലമായവളെ പുറത്താക്കാൻ ശ്രമിച്ചപ്പോൾ യുവതി നിലത്ത് വീണ് പ്രതിഷേധിച്ചു. അവർ വലിച്ചിഴയ്ക്കുമ്പോൾ അവളുടെ പ്രലാപം:

"എന്നെ വിട്. എനിക്കെന്റെ ഭർത്താവിനെ വേണം."

പെൺകുട്ടി അച്ഛനെയും അമ്മയെയും വിടാനാകാതെ ധർമ്മസങ്കടത്തിൽപ്പെട്ടു. ആരെവേണം!

ബലാബലങ്ങൾക്കൊടുവിൽ അവൾ സുബലനെ പിന്തിരിഞ്ഞു നോക്കികൊണ്ട് അമ്മയെ പിന്തുടർന്നു. സുബലന്റെ കണ്ണീർ കാഴ്ചയെ വക്രീകരിച്ചു. പുറത്തുനിന്നെപ്പോഴോ മകളുടെ നിലവിളി സുബലൻ കേട്ടു. അപ്പോൾ അയാൾ അലറി. അതിന്റെ മാറ്റൊലികൾ കൊട്ടാരത്തെ ചുഴിഞ്ഞു.

മകൾ തന്ന പലഹാരം– പ്രിയപ്പെട്ട അത് തിന്നാതെ അയാൾ മാറോടടക്കി. സുബലൻ കരഞ്ഞു; ശാക്തീകരണത്തിന് വേണ്ടി.

മകളെ, യാത്ര. നിന്റെ അച്ഛനായി ജീവിക്കാനിനി നിർവ്വാഹമില്ല. ഞാനൊരിക്കൽ എന്റെ പൊന്നുമോളുടെ മകനായ് പിറക്കാം.

മുത്തേ,

അന്ന് നീയെന്നെ ഓർമ്മിപ്പിക്കണം. ഞാൻ നിന്റെ അച്ഛനായിരുന്നു.

*****************************

ആരാച്ചാർ; മരണത്തിന്റെ കാർമ്മികൻ കഴുമരത്തിന്റെ നിലയും, ക്ഷമതയും പരിശോധിച്ച് ഇരയെ കാത്തിരുന്നു. ആരാച്ചാർ വ്രതം പോലെ കർമ്മം ചെയ്യണം. ഇരയോട് സൗമ്യമായി പെരുമാറണം. മുറിപ്പാടുകളുണ്ടാകാത്തവിധം സ്നിഗ്ധമാക്കി മൃദുവായി കയർ കുരുക്കണം. കൈ വിറക്കുകയോ, നിരപ്പലക തകരുകയോ, കഴുമരമുലയുകയോ, കയർ മുറിയുകയോ ചെയ്യരുത്. പ്രതിക്രിയകളിൽ ആവർത്തനമില്ല. ഒരിക്കൽ പിഴച്ചാൽ ശത്രു ശിക്ഷകനോട് തർക്കിക്കും. അയാൾ പിന്നെ സ്വതന്ത്രനാണ്. എന്നോ ഒരാൾ അത്തരത്തിൽ രക്ഷപ്പെട്ട ചരിത്രമുണ്ട്. അതിനാൽ കുറ്റവാളികളുടെ ബന്ധുക്കൾ അവസാനത്തെ അത്ഭുതത്തിനായി പ്രാർത്ഥിക്കുന്നു.

ചുടലയിൽ ശവങ്ങളൊന്നും ഉണ്ടായിരുന്നില്ല. എന്നിട്ടും അവിടെയെന്തോ ദുർഗ്ഗന്ധം വമിച്ചു. ആരാച്ചാർ ചുറ്റും നോക്കി. തലേന്ന് മഴ പെയ്തിരുന്നു. കുറച്ചപ്പുറം മരീചികയിൽ ഒരു തലയോട്ടി ചരിഞ്ഞ് കിടപ്പുണ്ട്. അതിൽ നിന്നല്ല. ഒരുപക്ഷേ, നനവിറങ്ങിയപ്പോൾ കാലങ്ങളായി മണ്ണിലാഴ്ന്ന മൃതശരീരങ്ങളുടെ നെയ്യ് പൂതലിച്ചതാകാം. ശ്മശാനത്തിനടുത്തുള്ള കിണറുകളിൽ വെള്ളത്തിന് മീതെ സ്വർണ്ണവർണ്ണത്തിൽ അതങ്ങനെ പരിലസിച്ചു കിടക്കുന്നത് കാണാം; ഒരാഭരണംപോലെ. ഓളങ്ങളുണ്ടാകുമ്പോൾ അവയിൽ ഇടിമിന്നലിന്റേതുപോലെ ഗമനപഥങ്ങളുണ്ടാവും. പക്ഷേ, അതിന് മണമുണ്ടാകാറില്ലല്ലോ? പിന്നെ എവിടെ നിന്നിത്!

മുൾച്ചെടികൾക്കിടയിൽ ഒരു പട്ടി ഇരിക്കുന്നത് ആരാച്ചാർ കണ്ടു. ദുർഗ്ഗന്ധത്തിന്റെ ഉറവിടം അവിടെയാണെന്ന് തോന്നി അയാൾ അതിനരികിലേക്ക് ചെന്നു. പട്ടിയുടെ കഴുത്തിൽ വെട കുടുങ്ങി ചീഞ്ഞ് നാറുന്ന വ്രണം. ആരാച്ചാർ അതിനെ ഭയപ്പെടുത്തി ഓടിക്കാൻ ചേഷ്ടകൾ കാണിച്ചു. പക്ഷേ, പട്ടി മുരണ്ടുകൊണ്ട് അയാളെ തന്നെ സൂക്ഷിച്ചുനോക്കി. കല്ലെടുത്തെറിഞ്ഞപ്പോൾ അതവിടെനിന്ന് പോയി മറ്റൊരു സ്ഥാനത്ത് നിലയുറപ്പിച്ചു. അയാളെന്തൊക്കെ ചെയ്തിട്ടും പട്ടി പോകാൻ കൂട്ടാക്കിയില്ല. അതിന്റെ കണ്ണുകളിൽ നിഴലിക്കുന്ന ഭാവം അസാധാരണമാകുന്നതെന്തുകൊണ്ട്?

ശ്മശാനത്തിലേക്ക് രണ്ട് രഥവും മുന്നിലും പിന്നിലുമായി കുതിരക്കാരും പ്രവേശിക്കുന്നത് ആരാച്ചാർ കണ്ടു.

രഥത്തിൽനിന്ന് അമൃതേശ്വരനും പ്രധാനസചിവനുമിറങ്ങി. രണ്ടാമത്തെ വാഹനത്തിൽ സുബലനും പടയാളികളും. സുബലന്റെ കണ്ണുകളിൽ ഭയത്തിന്റെ ലാഞ്ഛനകളുണ്ടായിരുന്നില്ല. എന്നാൽ അയാളുടെ മുഖം ശാന്തവുമായിരുന്നില്ല. അണപ്പല്ലുകൾ ഞെരിക്കുന്നതുപോലെ മുഖപേശികളിൽ കമ്പനങ്ങളുണ്ടാകുന്നു. അതയാൾ സ്വയം ഉദ്ദീപിപ്പിക്കുന്നതാകണം.

എല്ലാവരും സജ്ജരായി.

"നിനക്കുള്ള വധഷിക്ഷ നടപ്പിലാക്കുന്നു. ചെയ്ത കുറ്റത്തെക്കുറിച്ച് ബോധവാനാണോ?" അമൃതേശ്വരൻ ചോദിച്ചു.

സുബലന്റെ പക്വമായ മറുപടി:

"ഞാൻ നിങ്ങളുടെ രാജാവിനെ പൊരുതി തോല്പിച്ചു. എന്റെയും, എന്റെ രാജ്യത്തെയും സംബന്ധിച്ച് അത് ധർമ്മം. നിങ്ങളെത്ര മൂടിവച്ചാലും എന്റെ ധീരത ഒരിക്കൽ പുറംലോകമറിയും." സുബലൻ ആക്രോശിച്ചു: "അവർ നിങ്ങളെ വിളിക്കും–ഭീരു!"

സാഹചര്യത്തിനനുസരിച്ച് അമൃതേശ്വരൻ തന്റെ നിലയുയർത്തി:

"സമ്മതിച്ചിരിക്കുന്നു. ധീരൻ തന്നെ. മരണം തൊട്ടുമുന്നിലെത്തിയിട്ടും നീ നിന്റെ നിലപാടുകളിൽ ഉറച്ചു നില്ക്കുന്നു. നിന്റെ മുന്നിൽ ഈ രാജ്യം ഒരുനിമിഷം നമിക്കുന്നു."

അത് പറഞ്ഞുതീർന്നപ്പോൾ ഔപചാരിക ഉത്തരവ് കൊടുക്കുന്നതിന് വേണ്ടി അമൃതേശ്വരൻ പ്രധാനസചിവനെ നോക്കി. പ്രധാനസചിവൻ ഭടന്മാർക്ക് നിർദ്ദേശം കൊടുത്തു. അവർ സുബലന്റെ വിലങ്ങൊഴികെയുള്ള ചങ്ങലക്കെട്ടുകളഴിച്ച് തൂക്കുമരത്തിലേക്ക് കയറ്റി. ആരാച്ചാർ കഴുത്തിൽ തലയുടെ പിൻഭാഗത്തായി കുരുക്ക് മുറുക്കി.

സുബലന്റെ സ്വഗതം:

"എന്റെ പ്രാണൻ എന്റെ രാജ്യത്തിന് വേണ്ടി. എന്റെ പ്രാണൻ...."

സ്വരം തൊണ്ടയിൽ കുരുങ്ങി. നിരപ്പലക അകന്ന് സുബലൻ തൂങ്ങിയാടി. കുടിനീരുവറ്റി തൊണ്ട വരണ്ടുപൊട്ടുന്ന ശബ്ദം. ആരാച്ചാർ താഴോട്ടു നോക്കി. കാഴ്ചക്കാർ കഴുമരത്തിലേക്കുറ്റു നോക്കുന്നതുപോലെ ശുനകനും. മനുഷ്യരുടെ നോട്ടം പിടയുന്ന ദേഹത്തിലേക്കാണെങ്കിൽ മൃഗത്തിന്റെ ദൃഷ്ടി തന്നിലേക്കാണെന്ന് ആരാച്ചാർക്ക് തോന്നി. ശുനകന്റെ കൂർത്തനോട്ടം നേരിടാനാവാതെ അയാൾ പകച്ചു. ജീവിതത്തിലാദ്യമായി തന്റെ ജോലിയിൽ ആരാച്ചാർക്ക് ഭയമനുഭവപ്പെട്ടു.

## പന്ത്രണ്ട്

**ഇ**ന്നലെയാണ് ക്ഷൗരം ചെയ്തത്. താടിരോമങ്ങൾ പോയപ്പോൾ മുഖത്തിന്റെ മിനുപ്പം മനസ്സിലേക്കും പടർന്നതായി അമൃതേശ്വരന് തോന്നി.

നാല്പത്തിയഞ്ച് നാളത്തെ ദുഃഖാചരണത്തിന് ശേഷം ശശാങ്കപുരത്ത് ഔദ്യോഗിക രാജസഭ ചേർന്നു. മന്ത്രിമാരും, ഉപഭരണപ്രതിനിധികളും, ഉപദേഷ്ടാക്കളുമായി സഭാമണ്ഡപം നിറഞ്ഞു. രാജ്ഞീപീഠത്തിൽ റാണിയും ആസനസ്ഥയായിരുന്നു. സർവ്വവിധ അലങ്കാരങ്ങളോടെതന്നെ. ചോദിക്കാൻ തുനിഞ്ഞില്ലെങ്കിലും അമൃതേശ്വരന്റെ കാഴ്ചപ്പാടിൽ അമ്മയുടെ ചമയങ്ങൾ അനൗചിത്യമായിരുന്നു. ഒഴിഞ്ഞ രാജസിംഹാസനം അതിന് അസംഗതവും.

സ്വാഗതമരുളേണ്ട ചുമതല അമൃതേശ്വരനായിരുന്നു. രാജഗുരുവാണാദ്യം പ്രസംഗിച്ചത്:

"രാജവിയോഗത്താലുള്ള അനുശോചനം കഴിഞ്ഞുപോയിരിക്കുന്നു. ഇനി മുപ്പത് നാളിനുശേഷം ശ്രാവണവിശാഖത്തിൽ അമൃതേശ്വരകുമാരന്റെ രാജാഭിഷേകം. അതുവരെ കുമാരന്റെ അദ്ധ്യയനനാളുകളാണ്. രാജതന്ത്രം, നീതിശാസ്ത്രം, കമ്പപ്പോൽ പാരായണം തുടങ്ങിയ കാര്യങ്ങളിൽ ചാതുര്യം നേടുക എന്നത് രാജപദമേറുന്നതിന് മുമ്പുള്ള പ്രാഥമികകാര്യങ്ങളും, ഉത്തമ ഭരണാധികാരിയെ സൃഷ്ടിക്കുന്നതിനുള്ള മുന്നൊരുക്കങ്ങളുമാണ്. ശശാങ്കപുരത്തിന്റെ നയം, ഉന്നതി, കീർത്തി തുടങ്ങിയ കാര്യങ്ങളിൽ സഹഭരണാധികാരിയുടെ നിർവ്വഹണം ശ്ലാഘനീയമാണെന്നും ഈ അവസരത്തിൽ അറിയിച്ചുകൊള്ളുന്നു..."

രാജഗുരുവിന്റെ വാക്കുകൾ പ്രധാനസചിവനെ ആഹ്ലാദചിത്തനാക്കി.

അദ്ദേഹത്തിന്റെ പ്രസംഗം നീണ്ടുപോയി. തുടർന്ന് പ്രധാനസചിവനും മറ്റ് മന്ത്രിപുംഗവരും സംസാരിച്ചു. അത് മുഴുവൻ ശ്രദ്ധിക്കാനാകാതെ തന്റെയുള്ളിൽ രൂപപ്പെടുന്ന സമാന്തരചിന്താധാരകളിലേക്ക് അമൃതേശ്വരൻ ആഴ്ന്നാഴ്ന്നുപോയി.

പിറ്റേന്ന് അഷ്ടകൻ എന്ന ഗുരുവര്യനെത്തി.

അഷ്ടകനെക്കുറിച്ച് രാജഗുരു മുമ്പേ സൂചിപ്പിച്ചിരുന്നു: അറിവിന് വേണ്ടി ജീവിതമുഴിഞ്ഞുവച്ച പരിത്യാഗി. അദ്ദേഹത്തിന്റെ ശിക്ഷണം തരപ്പെടുക എന്നുവച്ചാൽ പുണ്യം. വളരെ പ്രധാനപ്പെട്ട ഒരു യാഗത്തിന്റെ തയ്യാറെടുപ്പിലാണിപ്പോഴദ്ദേഹം. പിതാവിനോടുള്ള കടപ്പാട് മൂലമാണത്രെ വരാമെന്നേറ്റത്. മറ്റുള്ളവരിൽ നിന്ന് വ്യത്യസ്തമാണ് പാഠ്യരീതികൾ. ഗഹനമായ കാവ്യശകലമല്ല ലഘുഗദ്യവിവരണങ്ങളിലൂടെ വലിയ സന്ദേശങ്ങൾ തരുന്നു.

കൃശഗാത്രനായ പതിഞ്ഞ സ്വരമുള്ള അഷ്ടകൻ ബ്രാഹ്മമുഹൂർത്തത്തിൽ അദ്ധ്യാപനമാരംഭിച്ചു:

"ശ്രദ്ധിച്ച് ഗ്രഹിച്ചുകൊള്ളുക. പത്ത് കല്പനകൾ:

**ജീവിതം**

സമുദ്രത്തിൽ ലയിക്കുന്ന നദികൾ സ്വന്തം വ്യക്തിത്വവും, പേരും പരിത്യജിക്കുന്നതുപോലെ സകല ജീവജാലങ്ങളും പരിഛിന്നമായ നാമരൂപങ്ങൾ വെടിഞ്ഞ് മഹത്സ്വരൂപത്തിൽ ലയിക്കണം. അതാണ് മോക്ഷം. മോക്ഷത്തിലെത്താൻ കർമ്മഫലങ്ങൾ നേടാനുള്ള പരീക്ഷണകാലയളവുമാത്രമാണ് ജീവിതം. പുനർജ്ജന്മങ്ങളിലൂടെ വീണ്ടും വീണ്ടും അവസരങ്ങൾ തരുകയാണ് വിധാതാവ്. ശാശ്വതജീവിതം പൂർത്തിയായ സൽക്കർമ്മഫലങ്ങൾക്ക് ശേഷം മരണാനന്തരമാണ്.

**വിധി അഥവാ കർമ്മഫലം**

ധാരാളം ദുഷ്ചെയ്തികൾ കാണിക്കുന്ന ഒരുവൻ സുഖിമാനായും, സൽപ്രവൃത്തികൾ ചെയ്യുന്നയാൾ ദുരിതക്കയങ്ങളിൽപ്പെട്ടുഴലുകയും ദാരുണമരണം നേടുന്നതും നീ കാണുന്നുവോ?

ഒരാൾക്ക് ഒരു ജന്മത്തിൽ തന്നെ മുഴുവൻ കൃതാഫലങ്ങൾ അനുഭവിക്കാൻ പറ്റിയെന്ന് വരില്ല. ചിലപ്പോഴത് സാദ്ധ്യമാവുകയുമാവാം. നല്ലതും, ദുഷിച്ചതുമായ കർമ്മഫലങ്ങൾ പൂർത്തിയാക്കാത്തവർ അടുത്ത ജന്മം തേടുമ്പോൾ പ്രാണൻ കർമ്മഫലവാഹകനാകുന്നു. നന്മകൾ, ശാപങ്ങൾ, ഇച്ഛകൾ, അനുഗ്രഹം ഇങ്ങനെ വ്യവഹരിക്കപ്പെടുന്നു. ജീവിതം അനിശ്ചിതമാകുന്നതും, വൈവിദ്ധ്യാത്മകമാവുന്നതും മറ്റൊരു തരത്തിൽ പറഞ്ഞാൽ ഭാഗ്യനിർഭാഗ്യങ്ങളുണ്ടാകുന്നതും ഇപ്രകാരമാണ്. ഈ അനിശ്ചിതത്വം തന്നെയാണ് ജീവിതത്തെ പ്രഹേളികയാക്കുന്നത്. അത് മനുഷ്യന് തിരുത്താനോ, നിർവ്വചിക്കാനോ കഴിയില്ല. പ്രകൃതി ഇത്തരത്തിൽ

ഒരുക്കപ്പെട്ടതാണ്. അതിന് ഒരുകാലത്തും മാറ്റമില്ല. നിനക്ക് സന്ദേഹം തോന്നുന്നത് നീ ക്ഷണികമായ ഈ ജന്മത്തെ മാത്രം മുന്നിൽ കാണുന്നതുകൊണ്ടാണ്. നിരാശനാകേണ്ടതില്ല, നിന്റെ എല്ലാ പ്രവൃത്തിക്കും ഫലം സുനിശ്ചിതം.

**ജ്ഞാനം**

ഭയം അജ്ഞാനത്തിൽ നിന്നുണ്ടാകുന്നതാണ്. യഥാർത്ഥ ജ്ഞാനം ഗുരുവിന് മാത്രം പ്രദാനം ചെയ്യാൻ കഴിയുന്നതല്ല. അദ്ദേഹത്തിന് വഴികൾ കാണിച്ചുതരാനേ സാധിക്കൂ. ബാക്കി നീ നിന്റെ ഇന്ദ്രിയങ്ങളെ സ്ഫുരിപ്പിച്ച് സ്വയം കരസ്ഥമാക്കുകതന്നെ വേണം. നിന്റെ ബുദ്ധിക്ക് കഴിവുണ്ടാകുമ്പോൾ കേട്ടുകഴിഞ്ഞതും, കേൾക്കാനിടവരുന്നതുമായ ലൗകിക കാര്യങ്ങളിൽ വിരക്തി തോന്നും. പല കാര്യങ്ങൾ കേട്ട് ആശയക്കുഴപ്പത്തിലായിത്തീർന്ന നിന്റെ ബുദ്ധി അചഞ്ചലമായി, സ്ഥിരമായ പരമാത്മസത്യത്തിൽ ഉറയ്ക്കുന്നതോടെ നീ ജ്ഞാനിയാകുന്നു. ധനത്തേക്കാൾ, സൗന്ദര്യത്തേക്കാൾ, ആയുസ്സിനേക്കാൾ ശ്രേഷ്ഠമായത് ജ്ഞാനം. ജ്ഞാനംകൊണ്ട് ഉത്തമപദം നേടാൻ കഴിയും. അപ്പോൾ നീ ഭയരഹിതനായി ശാന്തിദായകമായ വിശേഷത്തിനുടമയാകുന്നു.

**ധനം**

ഒരാളും കരുതൽധനമാർജ്ജിക്കേണ്ട ആവശ്യമില്ല. അന്നന്ന് ജീവിക്കാനുള്ള വക മാത്രമേ കണ്ടെത്തേണ്ടതുള്ളൂ. നിനക്ക് വേണ്ടതെല്ലാം ഈ ഭൂമിയിലുണ്ട്, എക്കാലവും. നീ കരുതൽ ധനം സമാഹരിക്കാൻ തുടങ്ങുമ്പോൾ ധനംകൊണ്ട് എല്ലാം നേടാൻ ശ്രമിക്കും. അങ്ങനെ നീ അസ്വാഭാവികനാകുന്നു. ദൈവത്തിൽ നിന്ന് അകന്നുപോകുന്നു. കാരണം നിന്റെ നിഷ്പ്രഭതയിൽ മാത്രമേ അവൻ നിനക്ക് തുണയായുണ്ടാകുകയുള്ളൂ.

**അഹം**

നീ നിസ്സാരനെന്ന് മനസ്സിലാക്കാൻ പ്രപഞ്ചവിധാനങ്ങളെക്കുറിച്ചോർത്താൽ മതിയാകും. ഈ പ്രപഞ്ചംപോലെ കോടിക്കണക്കിന് ഗ്രഹങ്ങൾ വിധാതാവ് സൃഷ്ടിച്ചിരിക്കുന്നു. ഓർക്കുക സംഖ്യകൾക്ക് അവസാനമില്ല. അവിടെയെല്ലാം ഇതുപോലെയും, നിനക്ക് ചിന്തിക്കാൻ കഴിയാത്തതുമായ ജീവജാലങ്ങളുണ്ട്. നിന്റെ ചിന്തകൾ ഈ ലോകത്തിലെ നിയമങ്ങളുമായ് പരിമിതപ്പെട്ടു കിടക്കുന്നു. അപ്പുറം നിനക്കജ്ഞാതമാണ്. ശൂന്യതയിൽ ഇക്കണ്ട ലോകങ്ങളെയെല്ലാം തുലനപ്പെടുത്തി നിർത്തുന്ന, നിയന്ത്രിക്കുന്ന ശക്തി. അതിന് മുമ്പിൽ നീ തൃണത്തെപോലെ നിസ്സാരൻ. പ്രപഞ്ചഗണിതത്തിന്റെ മാസ്മരികത നോക്കൂ. ഒരു മന്വന്തരം- നാല്പ്പത്തിമൂന്ന് ലക്ഷത്തി ഇരുപതിനായിരം മനുഷ്യവർഷം. അങ്ങനെ പതി

നാല് മന്വന്തരങ്ങൾ ചേർന്നതാണ് സൃഷ്ടികർത്താവിന്റെ ഒരുദിവസം. മുന്നൂറ്റി അറുപത്തിനാല് മനുഷ്യവർഷമാണ് ദേവന്റെ ദിനം. മനുഷ്യന്റെ ഒരു പകൽ മതി വണ്ടുകൾക്ക് ഒരു ജീവിതചക്രം പൂർത്തിയാക്കാൻ. ഇരുപത്തിനാല് നിമിഷങ്ങൾ ജീവിതദൈർഘ്യമുള്ള പ്രാണികളുടെയും, ഒരു നിമിഷത്തിന്റെ ഇരുപത്തിനാലിലൊന്നുകൊണ്ട് ഇരുപത്തിനാല് തലമുറകൾ പിന്നിടുന്ന അണുജീവികളുടേതുംകൂടിയാണീ ലോകം. ഈ ലോകം നശിക്കുമെന്ന ഭീതിയേ വേണ്ട. ഗോളത്തിന് അവസാനമില്ല. പക്ഷേ, പ്രകൃതിക്ക് വിമലീകരണം അവശ്യപ്രക്രിയയാണ്. പ്രളയം കൊണ്ടും, അഗ്നികൊണ്ടും, താളലയങ്ങൾകൊണ്ടും, ശബ്ദംകൊണ്ടും അത് പ്രായോഗികമാക്കപ്പെടും. കർമ്മഫലങ്ങളുടെ വിത്തുകൾക്ക് അപ്പോഴും നാശമില്ല.

**മത്സരം**

ദേവന്മാർക്ക് എന്തും സങ്കല്പം കൊണ്ടുണ്ടാക്കാം. മനുഷ്യൻ പ്രയത്നിച്ചുണ്ടാക്കണം. അതുകൊണ്ട് മനുഷ്യൻ ദേവന്മാരോട് മത്സരിക്കാനൊരുങ്ങരുത്. എന്നാൽ അപാരമായ ഇച്ഛാശക്തികൊണ്ട് ദേവനോളം ഉയർന്ന മാനവരുമുണ്ടായിട്ടുണ്ട്. അവരുടേത് മത്സരമല്ല. ആത്മസമർപ്പണമായിരുന്നു.

**അസൂയ**

നീ സ്വയം നാശോന്മുഖമാകുന്ന ഏറ്റവും അധമമായ വികാരമാണ് അസൂയ. ഒരുപാട് കാലത്തെ ഊർജ്ജത്തെ അത് പാഴാക്കി കളയും. മറ്റുള്ളവരുടെ നേട്ടത്തെ അംഗീകരിക്കുക കഴിവിനെ ആദരിക്കുക അതാണ് ആരോഗ്യകരമായ കാര്യം. അസൂയ ആയുസ്സിനെപ്പോലും ബാധിക്കുന്നു.

**സമശീർഷത**

നീ കുണ്ഠിതപ്പെടേണ്ട. ഈ ലോകത്ത് എല്ലാവർക്കും പ്രകൃതി ഒരേ അവസരമാണ് നല്കുന്നത്. ഭാരം വ്യത്യാസപ്പെടുന്നത് ഭൗതിക ദേഹത്തിന്റെ തോതിൽ നിന്നാണല്ലോ. അതുപോലെ വ്യത്യസ്ത പ്രവൃത്തികളും അനന്തരഫലങ്ങളുമാണ് മറ്റൊരാളെ ഭിന്നനാക്കുന്നത്. അവരെപ്പോലെ ആകാൻ കഴിയാത്തതിൽ വിഷാദിക്കരുത്. നീ നീയായിരിക്കുക. നിന്നെ കണ്ടെത്തി- അത് യാഥാർത്ഥ്യമായിരിക്കണം- യാഥാർത്ഥ്യമറിയാൻ ജ്ഞാനം സിദ്ധിക്കണം- പരിശ്രമിക്കുക. നിന്റെ കഴിവുകളോടൊപ്പം ബലഹീനതയും മറ്റുള്ളവരോട് വെളിപ്പെടുത്തുകയാണെങ്കിൽ ദോഷം ഭവിക്കുകയില്ല. അംഗീകരിക്കപ്പെടുകയേയുള്ളൂ. പൂർണ്ണത അവകാശപ്പെടുന്ന ഒരു സൃഷ്ടിയും ലോകത്തില്ല.

**രോഗം**

രോഗം ഒരു ശരീരാവസ്ഥ മാത്രം. നിന്റെ ശരീരത്തിൽ തന്നെ ശമനത്തിനുള്ള ഔഷധവുമടങ്ങിയിരിക്കുന്നു. സഹിഷ്ണുതയും, ധ്യാനവും, ഉപവാസവും സർവ്വോപരി വിശ്വാസവുമാണ് രോഗാവസ്ഥയിൽ ശീലിക്കേണ്ടത്. ശരീരം തന്നെ സ്വയം ചികിത്സിച്ച് രോഗവിമുക്തി നല്കിക്കൊള്ളും. അങ്ങനെയെങ്കിൽ ആ രോഗം പിന്നീടൊരിക്കലും നിന്നെ കീഴ്പ്പെടുത്തുകയില്ല.

**ഭരണം**

പണ്ഡിതൻ, പാമരൻ, ദരിദ്രൻ, സമ്പന്നൻ, രോഗി തുടങ്ങി സകല ജനവിഭാഗങ്ങളെയും ഒരുപോലെ തൃപ്തിപ്പെടുത്തുന്നവനാണ് യഥാർത്ഥ ഭരണാധികാരി. ക്ഷമ, കരുണ, ഭക്തി, കരുത്ത്, തന്ത്രം, ജ്ഞാനം, നേതൃപാടവം എന്നീ ഗുണങ്ങൾ ഉള്ളവനുമായിരിക്കണം അയാൾ. മുഴുവൻ സമ്മേളിച്ചിട്ടില്ലെങ്കിൽ ഇല്ലാത്ത ഗുണങ്ങളുള്ളവരെ സഹഭരണാധികാരിയായി കടം കൊള്ളുകയുമാവാം. സർവ്വാഭരണവിഭൂഷിതയായ ഒരു സ്ത്രീക്ക് രാജ്യം മുഴുവൻ ഏതു സമയത്തും ഭയരഹിതയായി നടക്കാൻ കഴിയണം. അതാണ് ധാർമ്മികതയുള്ള ഭരണം."

അഷ്ടകൻ തത്ത്വങ്ങൾ ഉപദേശിക്കുന്നതിന് വിരാമമിട്ടുകൊണ്ട് അമൃതേശ്വരനോട് പറഞ്ഞു:

"ഇനിയും കൂടുതൽ കാര്യങ്ങൾ അറിയുംമുമ്പ് ഇതിൻപ്രകാരം കുമാരനെന്തെങ്കിലും സംശയങ്ങളോ, യുക്തിഭംഗമോ തോന്നുന്നുവെങ്കിൽ ചോദിക്കൂ. ഞാൻ പരിഹരിക്കാം."

അഷ്ടകൻ ശിഷ്യന്റെ ചോദ്യങ്ങൾക്കായി കാത്തു.

## പതിമൂന്ന്

**രാ**ജാവ് കരുത്തനാകണം എന്ന് പറയുമ്പോൾ സാമാന്യധാരണയിൽ ദേഹബലവും, സൈന്യബലവുമാണ് വിവക്ഷിക്കുന്നത്. അതുപോരാ, രാജാവ് വിജ്ഞനാകണം. അധികാരം നിലനിർത്താൻ സ്വാർത്ഥമതിയുമായിരിക്കണം. മുഷ്ക്കൊണ്ടുമാത്രമല്ല വാക്കുകൾകൊണ്ടും, തന്ത്രങ്ങൾകൊണ്ടും അയാൾക്ക് യുദ്ധം ചെയ്യാൻ കഴിയണം. പരമാവധി ആയുധം കൊണ്ട് നേരിട്ട് യുദ്ധം ചെയ്യരുത്. തനിക്ക് ചുറ്റും ബലവാന്മാരുടെ പരിച തീർത്ത് അതിനുള്ളിൽ ഒളിച്ചുനിന്ന് നായകത്വം വഹിക്കുക. കൗശലംകൊണ്ടും, കൗടില്ല്യംകൊണ്ടും അപ്രത്യക്ഷമായാണ് രാജാവ് പോരാടേണ്ടത്. പ്രജകൾക്ക് മുന്നിൽ യുദ്ധവൈഭവം പ്രകടിപ്പിക്കേണ്ടത് അത്യന്താപേക്ഷിതമാകുമ്പോൾ അപകടകരമല്ലാത്ത ഒരിരയെ കണ്ടെത്തുകയും ആൾക്കൂട്ടത്തിന് നടുവിൽ അവനെ പീഡിപ്പിച്ചുകൊല്ലുകയും വേണം. പ്രജകളുടെ പേരുകൾ ഓർത്തു വയ്ക്കുക. രാജാവ്

ഒരുവനെ പേരെടുത്ത് വിളിക്കുകയാണെങ്കിൽ അതാണവന്റെ ഏറ്റവും വലിയ അംഗീകാരം. ഭരണാധികാരി തന്നെ പരിഗണിക്കുന്നു എന്ന ചിന്ത അവനെ ഉത്തമദാസനാക്കും. തങ്ങൾ സുരക്ഷിതരാണെന്ന് ജനങ്ങൾക്ക് തോന്നണം. എന്നാലവർ അതിസുഭിക്ഷതയിലോ, സുഖലോലുപത യിലോ പൂർണ്ണമായി രമിക്കാൻ ഇടവരുകയുമരുത്. അതവരിൽ അധമ വാസനകളുണർത്തും. മിതമായില്ലെങ്കിൽ അധികാരംവരെ കാംക്ഷിക്കും. അവർ സദാ അദ്ധ്വാനിക്കാൻ പ്രേരിതരാകണം. തക്കതായ പ്രതിഫലവും കിട്ടണം. കൂടുതൽ സന്താനങ്ങളെ ഉല്പാദിപ്പിക്കാൻ പ്രോത്സാഹിപ്പി ക്കുക. അങ്ങനെ കുടുംബം എന്ന കെട്ടുപാടിൽ ബന്ധിതരാക്കുക. ഇടയ്ക്ക് അവരുടെ ജീവിതത്തിൽ അരക്ഷിതാവസ്ഥയും അതൃപ്തിയുമു ണ്ടാകണം. വിശപ്പും ദാരിദ്ര്യവുമവരറിയണം. വിശപ്പറിഞ്ഞു വളരുന്ന വൻ നല്ല മനുഷ്യനായി തീരും. സ്വഭാവികമായതുണ്ടാകുന്നില്ലെങ്കിൽ കൃത്രിമമായതനുഭവിപ്പിക്കണം. അതിൽ നിന്നെല്ലാം തങ്ങളെ രക്ഷിക്കു ന്നത് ഭരണാധികാരിയാണെന്നവരോർക്കണം. നന്ദിയുള്ളവർ വിധേയ രായിരിക്കും. ജനവിരോധിയായൊരു രാജാവ് അസുരക്ഷിതനാണ്. പ്രജാ പ്രിയതയാണ് സൈന്യത്തേക്കാൾ വലിയ ശക്തി. പ്രജകളുടെ മറവി യാണ് ഭരണാധികാരിയുടെ ശാപവും, അനുഗ്രഹവും. അതിൽ നിന്ന് കഴിയുന്നത്ര മുതലെടുക്കാൻ ശ്രമിക്കുക. ചട്ടങ്ങൾ പുതുക്കി പണിതു കൊണ്ടിരിക്കുക. ചിന്തകരെയും, കവികളെയും അംഗീകാരങ്ങളും, പദ വികളും നല്കി ചൊല്പ്പടിയിലാക്കുക. അവരിൽ രണ്ടാമനെ ഒന്നാമ നാക്കി അവരോധിക്കുക....

'കരു.' രാജഗുരുവിന്റെ ശബ്ദം അമൃതേശ്വരനെ ആലോചനകളിൽ നിന്നുണർത്തി. രാജഗുരു ചതുരംഗപ്പലകയിലേക്കല്ല അമൃതേശ്വരന്റെ മുഖ ത്തേക്കാണപ്പോൾ ഉറ്റു നോക്കിയിരുന്നത്. കളിയിൽ നിന്നെപ്പോഴോ ശ്രദ്ധ വിട്ടുപോയി. ഏതാണ് ശരി? ഏതാണ് തെറ്റ് ! അഷ്ടകന് ശേഷം രാജ്യ തന്ത്രങ്ങൾ പഠിപ്പിക്കാൻ വന്ന ആചാര്യൻ പകർന്ന കുടിലതയെക്കുറി ച്ചായിരുന്നു ഓർത്തതത്രയും. തികച്ചും യാഥാസ്ഥിതികവും അദാർശ നികവുമായിരുന്നു അദ്ദേഹത്തിന്റെ വിദ്യകളത്രയും. അതിൽ നിന്ന് കൊള്ളേണ്ടത് എന്ത്? തള്ളേണ്ടത് എന്ത്?

അമൃതേശ്വരൻ അധികമൊന്നും ചിന്തിക്കാൻ മിനക്കെടാതെ കരു നീക്കി. രാജഗുരുവത് മുമ്പേ കണക്ക് കൂട്ടിയിരിക്കണം. അദ്ദേഹം നിമിഷ ങ്ങൾക്കകം പ്രതിചലനം നടത്തി. കുതിരയെ വച്ചാണ് രാജഗുരു പോരാ ടുക. അദ്ദേഹത്തിന്റെ കളിയുടെ പ്രത്യേകതയാണത്.

അമൃതേശ്വരൻ രാജഗുരുവിന്റെ വൈദഗ്ദ്ധ്യത്തിന്റെ മുന്നിൽ തള യ്ക്കപ്പെട്ടു നില്ക്കുമ്പോൾ അദ്ദേഹം ഗൂഢമായി ചിരിച്ചു.

****************************

നിലവറയിൽ അമൃതേശ്വരൻ രാജഗുരുവിന്റെ പാദങ്ങളിൽനിന്ന് നിവർന്നു. പുരോഹിതനും, രാജവൈദ്യനുമുണ്ട്. സമീപം ഒരഗ്നികുണ്ഡം

എരിയുന്നു. അമൃതേശ്വരന്റെ ദേഹത്ത് രാജ്യചിഹ്നം ആലേഖനം ചെയ്യാനുള്ള പുറപ്പാടിലാണ്. വൈശാഖിവംശത്തിൽ പരമ്പരാഗതമായി ചെയ്തുപോന്നിരുന്ന അനുഷ്ഠാനം.

രാജഗുരു പറഞ്ഞു:

“ശശാങ്കപുരത്തിന്റെ രാജാവാകുന്നതിന് മുമ്പുള്ള അനിവാര്യമായ വേദനയാണിപ്പോൾ അനുഭവിക്കാൻ പോകുന്നത്. ഏതാനും നിമിഷങ്ങളുടെ മാത്രം.” വൈദ്യനെ ചൂണ്ടി തുടർന്നു.“ഔഷധം ഇവിടെത്തന്നെയുണ്ട്.”

പുരോഹിതൻ അഗ്നികുണ്ഡത്തിൽനിന്ന് ചുട്ടുപഴുത്ത് ചുവന്ന നിറത്തിലായ വ്യാളീമുഖം കൊത്തിയ ഇരുമ്പുകഷണം കുടിൽകൊണ്ട് പുറത്തെടുത്തു. അതുമായയാൾ അമൃതേശ്വരന്റെ അരുകിലേക്ക്. കുമാരൻ ധ്യാനലീനനായി കണ്ണുകളടച്ചു: നിയോഗം തനിക്കായി കുറിച്ച അധികാരത്തിന്റെ ജന്മവേദന. ഇനിയും കടമ്പകളേറെ. തന്നിലെ രാജാവിപ്പോഴും ഗർഭസ്ഥനാണ്.

ഭിഷഗ്വരൻ ഔഷധവുമായി തയ്യാറായി നിന്നു. പുരോഹിതൻ കുമാരന്റെ വലത്തെ വിരിമാറിലേക്ക് ലോഹകൂടം താഴ്ത്തി. അമൃതേശ്വരൻ അലറി. മാറിൽനിന്ന് പുകച്ചുരുളുകളുയർന്ന് കരിഞ്ഞ മാംസത്തിന്റെ ഗന്ധം ഗമിച്ചു. അടുത്ത ക്ഷണം വൈദ്യൻ മരുന്ന് പുരട്ടി. അത്ഭുതം! വേദന പൂർണ്ണമായി ശമിച്ചു. അമൃതേശ്വരനടക്കം എല്ലാവരും മാറിലേക്ക് നോക്കി. അവിടെ മുറിപ്പാടുകൾ ശേഷിക്കാതെ വ്യക്തമായി വ്യാളീമുഖം മുദ്രണം ചെയ്യപ്പെട്ടിരിക്കുന്നു. രാജഗുരു അമൃതേശ്വരനോട്:

“ഈ ഔഷധം കുലഗ്രന്ഥത്തിലെ പ്രതിപാദനമാണ്. കമ്പപ്പോലിന് തെറ്റ് പറ്റില്ലായെന്ന് ബോദ്ധ്യമായില്ലേ? ”

അനുകൂലമായ രീതിയിൽ അമൃതേശ്വരൻ മൂളി. ഉള്ളിലെ വിമർശകൻ അധോമുഖനായി പോയിരുന്നു. പുരോഹിതനും വൈദ്യനും പുറത്തേക്ക് പോയി. രാജഗുരു ഗ്രന്ഥത്തിനരികിലേക്ക് നടന്നു. അമൃതേശ്വരൻ അദ്ദേഹത്തോടൊപ്പം ചെന്നു.

കുറച്ചുനേരം രാജഗുരു മൂകനായി നിന്നു. അദ്ദേഹം പ്രാർത്ഥിക്കുകയായിരുന്നില്ല. എന്തോ ഗഹനമായി ചിന്തിക്കുകയാണെന്ന് വ്യക്തം.

രാജഗുരു മൗനം വെടിഞ്ഞു:

“സസൂക്ഷ്മം കേൾക്കണം. അത്രയും ഗൗരവമുള്ള കാര്യമാണ് പറയാൻ പോകുന്നത്. ഞാൻ കുറെയേറെ ചിന്തിച്ചു. കമ്പപ്പോൽ നൂലിഴ കീറി പഠിച്ചു. പണ്ഡിതരോടും മീമാംസകരോടും ചർച്ചകൾ ചെയ്തു. വൈശാഖിവംശത്തിന് കമ്പപ്പോലിന്റെ അനുശാസനം: രാജാവ് കാലം ചെയ്തു. ആ സ്ഥാനത്തേക്ക് അടുത്ത പൗർണ്ണമിനാളിൽ കുമാരൻ സ്ഥാനാരോഹിതനാകുന്നു. രാജ്ഞി ഇപ്പോഴും ചെറുപ്പമാണ്. സവിശേഷമായ ഈ സാഹചര്യത്തിൽ രാജ്ഞീപദത്തിൽ നിന്നവരെ മാറ്റാനാവില്ല. അതുകൊണ്ട്.....”

അമൃതേശ്വരൻ ആകാംക്ഷാഭരിതനായി:

“അതുകൊണ്ട്!?”

വീണ്ടും മൗനം കനത്തു.

രാജഗുരു തീക്ഷ്ണമായി അമൃതേശ്വരനെ നോക്കി. പിന്നെ കമ്പപ്പോലിലേക്ക് ചൂണ്ടി ശാസ്ത്രം സ്ഥാപിച്ചു:

"അതുകൊണ്ട് കുലഗ്രന്ഥപ്രകാരം ഇനിയവർ താങ്കൾക്ക് പത്നിയാണ്. രാജ്ഞി സീമന്തിനി!"

നടുക്കം!!!

അഗ്നി വമിക്കുന്ന കൂർപ്പുകളും, വക്കുകളുമുള്ള ഒരു ധൂമകേതു അമൃതേശ്വരന്റെ ബോധത്തിൽ നിന്ന് ഹൃദയത്തിലേക്ക് തുളഞ്ഞു. പിണരുകളോടുകൂടിയ ഇടിമുഴക്കവും അനുഭവപ്പെട്ടു.

ഇരുട്ടിൽ നിന്നയാൾ കിതച്ചു. തനിക്ക് തെറ്റിയതാണ്. മനസ്സ് അസ്വസ്ഥമായിരുന്നു. അതുകൊണ്ട് ഭ്രമകല്പനകളുണർന്ന് ശ്രവണം പിഴച്ചു.

മുന്നിലെ അവ്യക്തമായ രൂപത്തോട് അമൃതേശ്വരൻ കെഞ്ചി:

"എന്താണ് പറഞ്ഞത്! ഒരിക്കൽക്കൂടി പറയൂ, ഒരിക്കൽക്കൂടി...!"

## പതിനാല്

**അ**മർഷം, സങ്കടം, സന്ത്രാസം...

എല്ലാ ദുർവ്വികാരങ്ങളും മർദ്ദമായി ധ്രുവീകരിച്ച് അമൃതേശ്വരന്റെ കൈകളിലേക്കൊഴുകി. പരിശീലനത്തിനായി തൂക്കിയിട്ടിരുന്ന പ്രതിമയിൽ ഗദ പലതവണ ഉയർന്നുതാണു. ഓരോ പ്രഹരവും ഓരോ മുഴക്കമായി അയാളിൽ നിന്ന് തുടങ്ങി അയാളിലേക്ക് തന്നെ വിലയിച്ചു. കരുത്ത് ചോരുന്നില്ല. പുകയുന്ന കലിപ്പിന് പൂരകമായി അത് വളരുകയാണ്. വേണമെങ്കിൽ കൊട്ടാരം മുഴുവൻ തച്ചു തകർക്കാൻ ശേഷിയുള്ള വിപരീതോർജ്ജം.

മുന്നിലെ ബിംബത്തിൽ പ്രതിഫലിക്കുന്ന ശത്രുവിന്റെ മുഖം ആരുടേതാണ്? അവിടെ ഒരു വ്യക്തിയല്ല. ഒരു മഹാപ്രസ്ഥാനം. ആ ശക്തിദുർഗ്ഗങ്ങളുടെ ഗിരിശൃംഗങ്ങളിൽ നിഷ്ഠുരതയുടെ വിഷഫലങ്ങൾ. അതിന് ആയിരം വർഷങ്ങളുടെ സഞ്ചിതവീര്യം. അതിന്റെ ജൈവം പരലക്ഷം ഇരുണ്ട മനസ്സുകളുടെ അഗാധതകളിലും.

രാജഗുരുവിൽ നിന്ന് വിലക്ഷണമായ ഗ്രന്ഥശാസനം കേട്ട് മുറിവേറ്റ മനസ്സുമായി അമ്മയെ കാണാൻ ചെന്നപ്പോൾ......

പാദങ്ങളിൽ തൊട്ട് നമസ്കരിക്കാൻ തുനിഞ്ഞ തന്നെ അതിനനുവദിക്കാതെ അവർ പിന്നോക്കം മാറി: 'അരുത്.'

ഒരു നിന്ദ്യപ്രവർത്തി ചെയ്യുന്നതുപോലെയായിരുന്നു അവരുടെ പെരുമാറ്റം. 'അമ്മേ' എന്നു വിളിച്ചപ്പോൾ സീമന്തിനി എന്ന് വിളിക്കാനായിരുന്നു പ്രതിവചനം. മാതൃത്വമല്ല. പുതുഭാവം! പുതുസ്വരം!

രാജഗുരു പറഞ്ഞതുപോലെ ബലിക്കളത്തിൽനിന്നും അവർ മറ്റൊരാളായി രൂപാന്തരപ്പെട്ടിരിക്കുന്നു. അവരുടെ ഭാഷണങ്ങൾ അശരീരിപോലെ മുഴങ്ങുന്നു:

“നമിക്കേണ്ടത് കുലഗ്രന്ഥത്തെ. അനുസരിക്കേണ്ടത് രാജഗുരുവിനെ.”

“എനിക്കതിന് കഴിയുന്നില്ല.”

“കഴിയണം. ഈ രാജ്യം സനാഥമാകുന്നത് കുമാരനിലൂടെയാണെന്ന് മനസ്സിലാക്കുക.”

വാക്കുകൾ അറിഞ്ഞ് പ്രയോഗിച്ചിരിക്കുന്നു. മകനല്ല–അമൃതേശ്വരനല്ല – കുമാരൻ!

ആലോചിക്കുമ്പോൾ ആകസ്മികമായി ഭവിച്ച പിതാവിന്റെ മരണത്തിന് ശേഷമുളള സംഭവങ്ങൾക്കെല്ലാം കൃത്യമായ പൗർവ്വാപര്യമുണ്ട്.

പ്രതിജ്ഞ,

കമ്പപ്പോൽ സ്പർശം!

ബലി, അതും തന്റെ കാമിനിയെ !

അനുശാസനം!!

ദുരന്തപര്യവസായിയായ ഒരു നാടകകഥനം പോലെ ഒന്നൊന്നിനോട് കൃത്യമായി പൊരുത്തപ്പെടുന്നു. തനിക്കും മുമ്പെ അന്ധവിശ്വാസത്തിൽ പുതഞ്ഞ ദുർബ്ബലയായ, മാതാവിനെ അവർ പ്രക്ഷാളനം നടത്തിയിട്ടുണ്ടാകും. രാജ്ഞിയെ സീമന്തിനിയായി പരിവർത്തനം നടത്തിയതുപോലെ എന്തുകൊണ്ട് രാജകുമാരനെ മറ്റൊരാളാക്കി തീർത്തില്ല!

അന്ധതയുടെ പുറ്റുകൾ തകർത്ത് പുതിയൊരു മനുഷ്യനായി ജനിക്കാൻ ഞാനിനി എന്താണ് ചെയ്യേണ്ടത്? എന്താണ് ത്യജിക്കേണ്ടത്! സ്ത്രീ ബീജം വളരാനുള്ള കേദാരമായി മാത്രം സാധൂകരിക്കുന്ന വംശമേ, ഓർക്കുക എന്റെയുള്ളിലും ചങ്ങലയ്ക്കിട്ട ഒരു നിഷാദനുണ്ട്. ഉണർത്തരുത്.

യഥാർത്ഥത്തിൽ അവർ തന്റെ അമ്മ തന്നെയായിരുന്നില്ലേ? ആ വാത്സല്യം അഭിനയമായിരുന്നോ! പ്രപഞ്ചത്തെപ്പോലെ നിഗൂഢത പേറുന്ന മനുഷ്യമനസ്സുകളെപ്പറ്റി കേട്ടിട്ടുണ്ട്. എന്താണ് ശരി? എന്താണിതിന്റെയൊക്കെ പൊരുൾ?

കൈകൾക്ക്, നീറ്റലുണ്ട്. എവിടെയോ മുറിഞ്ഞിരിക്കുന്നു. രക്തം ഗദയെ നനച്ച് ശില്പത്തെ ചുവപ്പിക്കുന്നു. അത് സ്വയം തോല്ക്കുന്ന അപ്രതിരോധ്യനിമിഷങ്ങളിൽ ആത്മപീഡയുടെ വിരുദ്ധാനുഭൂതി തരുന്നു. ഒടുവിൽ ഗദ അമൃതേശ്വരൻ അലക്ഷ്യമായി വലിച്ചെറിഞ്ഞു. മണ്ഡപത്തിന്റെ കൽത്തൂണിൽ തട്ടി അനിഷേധ്യമായ വിധിപോലെ അമൃതേശ്വരന്റെ കാല്ക്കലേക്കുതന്നെ അത് തിരിച്ചു വന്നുവീണു. അപരിഹൃതമായ മലരികളെ അത് ദ്യോതിപ്പിച്ചു.

അമൃതേശ്വരൻ തിരിഞ്ഞു നടക്കാനൊരുങ്ങിയപ്പോൾ രാജഗുരു അരുകിലേക്ക് വന്നു. അദ്ദേഹം കുമാരന്റെ പ്രവൃത്തികൾ വീക്ഷിച്ചുകൊണ്ടിരിക്കുകയായിരുന്നു.

“ക്ഷോഭം അല്ലേ? ” രാജഗുരു ചോദിച്ചു.

അമൃതേശ്വരൻ: “ഞാനൊരു മൃഗമല്ല.”

“ഇഹത്തിൽ മനുഷ്യനൊഴികെ സകല ജീവജാലങ്ങളും നേരിട്ടുള്ള ദൈവേച്ഛപ്രകാരമാണ് ജീവിക്കുന്നത്. ശിരസ്സാണ് മനുഷ്യനെ മറ്റുള്ളവയിൽനിന്നും വ്യതിരിക്തനാക്കുന്നത്. അതവനെ വിവേകത്തിലേക്കും ധാർമ്മികതയിലേക്കും നയിച്ചു. വിവേകമെന്നാൽ സ്ഥലകാലസാഹചര്യങ്ങൾ അനുസരിച്ചുള്ള ചിതമായ പ്രവൃത്തി. ചില സന്ദർഭങ്ങളിൽ അച്ഛന് മകനെ വധിക്കേണ്ടതായി വരാം, തിരിച്ചും.

ധാർമ്മികതയും, സദാചാരവും സാർവ്വലൗകികമല്ല. ചിലയിടങ്ങളിൽ മാതുലൻ അനന്തരവളെ വരിക്കാറുണ്ട്. സ്വന്തം പിതാവിൽ നിന്ന് ബീജദാനമേറ്റ് പ്രസവിക്കേണ്ടി വന്നവരുണ്ട്. അതെല്ലാം മറ്റു പോംവഴികളില്ലാത്ത അനിവാര്യസാഹചര്യങ്ങളിലായിരുന്നു. സ്വത്തുവഹകൾ അന്യാധീനപ്പെട്ടു പോകാതിരിക്കാൻ രക്തബന്ധമുള്ളവർ വിവാഹം ചെയ്ത ചരിത്രം നമ്മുടെ കുലത്തിൽ തന്നെയുണ്ട്. താങ്കളെ കമ്പപ്പോൽ അനുശാസിക്കുന്നത് മൂല്യരാഹിത്യത്തിനല്ല. ജ്ഞാനം കൊണ്ടേ അത് ബോദ്ധ്യപ്പെടൂ. അതിന് വംശാവലികൾ പഠിക്കണം. വികല്പങ്ങൾ അസ്ഥാനത്താണെന്ന് മനനം ചെയ്താൽ വെളിപ്പെടും.”

“പിതാവിന്റെ മരണംപോലും ഇത്രകണ്ട് എന്നെ പരിക്ഷീണിതനാക്കിയിട്ടില്ല. ഏതോ മൂഢൻ കുറിച്ച വികടം. അതിനെയാണ് അങ്ങ് വ്യാഖ്യാനിക്കുന്നത്. ഇത് അനാശാസ്യം, അധാർമ്മികം.”

“താങ്കളുടെ മാതാവിനെ ബലിക്കളത്തിൽ വച്ച് നഷ്ടപ്പെട്ടുകഴിഞ്ഞു. ഇപ്പോഴവർ താങ്കൾ പ്രണയിച്ചിരുന്ന സീമന്തിനിയാണ്. അങ്ങനെവേണം കരുതാൻ. പലവുരു മനസ്സിനെ പറഞ്ഞു പഠിപ്പിക്കുക: ‘രാജ്ഞി സീമന്തിനി, പത്നി സീമന്തിനി.’ സീമന്തിനിയുമൊത്തുള്ള ആദ്യശയനം ഉത്സവം പോലെയാണ് ഈ രാജ്യം കൊണ്ടാടുക. അതിനുശേഷം രാജാഭിഷേകം. കുമാരന് വേറെയും വിവാഹങ്ങൾ കഴിക്കാം. അവരെല്ലാം സപത്നിമാർ.”

“എന്തിനും പരിഹാരം തരുന്ന വിജ്ഞാനഭണ്ഡാഗാരമല്ലേ കമ്പപ്പോൽ. ആ നിലയ്ക്ക് ഇതിനും പ്രതിവിധിയുണ്ടാകുമല്ലോ?”

“ഒരുപാട് ഗുണനഹരണങ്ങൾക്ക് ശേഷമാണ് ഈ തീരുമാനത്തിലെത്തിച്ചേർന്നത്. അല്ലെങ്കിൽ രാജ്ഞി സതി അനുഷ്ഠിക്കണമായിരുന്നു. വൈശാഖിവംശത്തിന്റെ രാജാവ് കുലഗ്രന്ഥത്തിന്റെ ദാസനായിരിക്കണം. അപക്വമതിയായ ഒരുവനേ ഗ്രന്ഥശാസനങ്ങളിൽ ചാഞ്ചല്യമുണ്ടാകൂ. ധിക്കരിക്കരുത്. കുമാരനവരെ പരിണയിച്ചേ മതിയാകൂ. താങ്കൾക്ക് സ്ഥൈര്യം നേടാൻ വഴിയുണ്ട്.”

അമൃതേശ്വരൻ പ്രത്യാശയോടെ രാജഗുരുവിനെ നോക്കി.

“വരൂ”. രാജഗുരു പറഞ്ഞു.

അവർ നിലവറയിലേക്കെത്തി. ഗ്രന്ഥത്തെ നമസ്കരിച്ച് രാജഗുരു താളുകൾ മറിച്ചു.

****************************

നികുംഭിലയുടെ കോവിലിൽ വിളക്കുകൾ തെളിഞ്ഞു. അമൃതേശ്വരൻ ഏകനാണ്. അയാൾ പത്മാസനത്തിലിരുന്ന് പ്രാർത്ഥനാനിരതനായി– ഒരു തപസ്സുപോലെ.

*****************************

സീമന്തിനിയുടെ പിതാവും, മെലിഞ്ഞുണങ്ങിയ യുവാവുംകൂടി ധൃതിയിൽ കൊട്ടാരത്തിലേക്ക് നടന്നു. യുവാവാണെങ്കിലും അയാൾക്ക് വൃദ്ധനായ സീമന്തിനിയുടെ പിതാവിന്റെ അത്രപോലും ശുഷ്കാന്തി ഉണ്ടായിരുന്നില്ല. ഒറ്റനോട്ടത്തിൽ പ്രായം ഊഹിക്കാനാവാത്തവിധം ഗുപ്തത അയാളുടെ ദേഹത്തിനുണ്ടായിരുന്നു. കൊട്ടാരകവാടത്തിലെത്തിയപ്പോൾ പാറാവുകാർ തടഞ്ഞു. “മകളുടെ തിരോധാനത്തെപ്പറ്റി വളരെ പ്രധാനപ്പെട്ട ഒരു സംഗതി പറയാനാണ് വന്നിരിക്കുന്നത്.” എന്ന് വൃദ്ധൻ പറഞ്ഞപ്പോൾ സംശയിക്കപ്പെടാൻ മാത്രം പ്രത്യേകത ഭടന്മാർക്കു തോന്നിയില്ല. അവർ പരാതി സ്വീകരിക്കാൻ ചുമതലയുള്ള മന്ത്രിയുടെ കാര്യാലയത്തിലേക്കയച്ചു. സാഹചര്യവശാൽ അപ്പോഴവിടെ പ്രധാനസചിവനുമുണ്ടായിരുന്നു. വൃദ്ധൻ കഴിഞ്ഞ തവണ സങ്കടമുണർത്തിക്കാൻ വന്നപ്പോഴുള്ള മുഖപരിചയം മന്ത്രിക്കുണ്ട്. വന്നിരിക്കുന്നത് സീമന്തിനിയുടെ പിതാവാണ് എന്നറിഞ്ഞപ്പോൾ പ്രധാനസചിവനിൽ കൗതുകമുണർന്നു. അദ്ദേഹം തന്നെയാണ് വിവരങ്ങൾ ചോദിച്ചറിഞ്ഞത്.

“എന്റെ മകൾ നാടുവിട്ട് പോയതല്ല. അവളെ രണ്ടുപേർ ബലമായി പിടിച്ചുകെട്ടി പോയതാണ്, ഇയാൾ സാക്ഷി.”

യുവാവിനെ ചൂണ്ടി വൃദ്ധൻ കാര്യമവതരിപ്പിച്ചു.

പ്രധാനസചിവൻ യുവാവിന് നേരെ തിരിഞ്ഞു:

“നീയാരാണ്?”

“ ഞാനൊരു ഇടയനാണ്.” അയാൾ പരിഭ്രമത്തോടെ പറഞ്ഞു. “ആടുകളെ മേയ്ക്കാൻ കാട്ടിൽ കയറിയാൽ കുറേ ദിവസങ്ങൾ കഴിഞ്ഞേ മടങ്ങാറുള്ളൂ. കഴിഞ്ഞ തവണ കാട്ടിൽ പോകുമ്പോൾ പുഷ്പവനത്തിനടുത്തുവെച്ച് രണ്ടുപേർ ഒരുവളെ തട്ടിക്കൊണ്ടുപോകുന്നതു കണ്ടു. അവരെ കണ്ടാൽ പടയാളികളെപ്പോലെ തോന്നും.”

“നീയെന്തുകൊണ്ട് ഈ വിവരം ഇതുവരെ പറഞ്ഞില്ല.”

“വനത്തിൽനിന്ന് ഇന്നലെയാണ് തിരിച്ചെത്തിയത്. അവൾ ഇയാളുടെ മകളായിരുന്നെന്ന് അപ്പോഴാണ് ഞാനറിയുന്നത്. എനിക്ക് ഭയവുമുണ്ടായിരുന്നു.”

“മറ്റാരോടെങ്കിലും ഇത് പറഞ്ഞിട്ടുണ്ടോ? ” പ്രധാനസചിവൻ ആരാഞ്ഞു.

“ഇല്ല.”

“തട്ടിക്കൊണ്ടുപോയവരെ ഇതിന് മുമ്പ് കണ്ടിട്ടുണ്ടോ?”

“ഇല്ല.”

“നീ പറയുന്നത് സത്യംതന്നെയല്ലേ?”

"സത്യമാണ് യജമാൻ."

കുറച്ചുനേരം പ്രധാനസചിവനാലോചിച്ചു. അദ്ദേഹം സീമന്തിനിയുടെ പിതാവിനോട് പറഞ്ഞു:

"നിങ്ങൾ മടങ്ങിക്കോളൂ. നാളെത്തന്നെ ഇതിന്മേലുള്ള അന്വേഷണമാരംഭിക്കും."

വൃദ്ധൻ മടിച്ചു നില്ക്കുമ്പോൾ അയാളുടെ തോളിൽ തട്ടി പ്രധാനസചിവൻ ആശ്വസിപ്പിച്ചു:

"സീമന്തിനിയെ എത്രയും പെട്ടെന്ന് കണ്ടെത്തും. ഉറപ്പ്."

ആ മറുപടിയും പ്രധാനസചിവന്റെ വ്യക്തിത്വവും മറ്റൊരു ചോദ്യമുയർത്താനാവാതെ വൃദ്ധനെ കുഴക്കി. അസുഖകരമായ നിശ്ശബ്ദതയെ ഭേദിക്കാനാവാതെ അവർ മടങ്ങുമ്പോൾ പ്രധാനസചിവൻ ഒരു കാര്യമോർമ്മിപ്പിച്ചു.

"തല്ക്കാലം ഈ വിവരം ഇനി മറ്റാരോടും പറയേണ്ട."

ഇരുവരും തലകുലുക്കി. അവർ നടന്നകന്നപ്പോൾ പ്രധാനസചിവനും, മന്ത്രിയും അന്യോന്യം നോക്കി.

പ്രധാനസചിവനിൽനിന്ന് കാര്യങ്ങൾ കേട്ടു കഴിഞ്ഞപ്പോൾ രാജഗുരു പിഴവുകളോർത്ത് സ്വയം മന്ത്രിച്ചു:

"തെറ്റ്. ഗുരുതരമായ തെറ്റ്." അദ്ദേഹം സംശയാലുവായി. "ഇക്കാര്യം മറ്റാരോടും അവർ പറഞ്ഞില്ലെന്നുറപ്പാണോ?"

"ഇല്ലെന്നാണ് പറഞ്ഞത്. എങ്കിലും വൃദ്ധൻ മക്കളോട് പറയാതിരിക്കുമോ? "

പ്രധാനസചിവനും ശങ്കിച്ചു.

രാജഗുരു കുതന്ത്രങ്ങൾ മെനഞ്ഞു:

"അവർക്ക് പണം കൊടുത്ത ഒരു വ്യാപാരിയില്ലേ?"

"ഉവ്വ് . കാളിയൻ."

" അയാൾ ഇവരെ ഭീഷണിപ്പെടുത്തുകയും ഉപദ്രവിക്കുകയുമൊക്കെ ചെയ്തിട്ടില്ലേ?"

"ഉണ്ട്. കുമാരനാണ് അവനെ താക്കീത് ചെയ്തടക്കിയത്."

രാജരുഗുരു പ്രധാനസചിവനെയും മന്ത്രിയെയും മാറിമാറി നോക്കി.

സാത്വികതയുടെ ലോലമേലാപ്പുകളുലഞ്ഞപ്പോൾ ആ കണ്ണുകളിൽ നിരാർദ്രതയുടെ സ്ഫുലിംഗങ്ങൾ തെളിഞ്ഞു.

"ഇടയനും വൃദ്ധനും മക്കളും ഇക്കാര്യമിനി ആരോടും പറയരുത്. അവരെ നിശ്ശബ്ദരാക്കണം. ഇല്ലെങ്കിലത് അപകടമാണ്."

പ്രധാനസചിവനും മന്ത്രിക്കും പൊരുൾ തിരിഞ്ഞു.

രാജഗുരു ഇത്രകൂടി പറഞ്ഞു:

"പ്രത്യേകം വൈദഗ്ദ്ധ്യമുള്ളവരെ തന്നെ അയക്കണം. ഇനിയൊരു പിഴവ് പറ്റിക്കൂടാ, ഒരിക്കലും."

# പതിനഞ്ച്

**ഉ**ത്തരായനകാലത്തെ തണുത്ത രാത്രി.

മകളെക്കുറിച്ചുതന്നെയായിരുന്നു വൃദ്ധൻ ആലോചിച്ചിരുന്നത്. കാളിയനെത്തന്നെയായിരുന്നു സംശയം. അല്ലാതെ മറ്റൊരു ശത്രു തങ്ങൾക്കില്ല. പക്ഷേ, ഇത്രയൊക്കെ ചെയ്ത അയാൾ ഒന്നുമറിയാത്തതുപോലെ വന്ന് ഭീഷണിപ്പെടുത്തിയതെന്തിനാണെന്നു മാത്രം മനസ്സിലാകുന്നില്ല. മന്ത്രി ഇക്കാര്യം ഗൗരവമായി എടുത്തിട്ടുണ്ട്. അവരവളെ കണ്ടുപിടിക്കും. തനിക്ക് നീതി കിട്ടും.

പുറത്തെന്തോ ശബ്ദം കേട്ടതുപോലെ വൃദ്ധന് തോന്നി. ഇലഞ്ഞിമരത്തിൽ നിന്ന് മേല്പുരയിലേക്ക് പൂക്കൾ കൊഴിയുന്നതാവാം. അയാൾ ചെവിയോർത്തു. അല്ല! ചില പാദപതനശബ്ദങ്ങൾ. സുരക്ഷിതമല്ലാത്ത കുടിലിന്റെ വാതിൽ ബലം പ്രയോഗിച്ച് തുറക്കപ്പെടുന്നു. ഒരു രൂപം അകത്തേക്ക്. വൃദ്ധൻ കട്ടിലിൽ നിവർന്നിരുന്നു. ആ രൂപം ശ്രദ്ധാപൂർവ്വം അയാൾക്കരികിലേക്ക് വന്നു.  ഇരുട്ടിലെ അരണ്ട വെട്ടത്തിൽ വൃദ്ധനും രൂപവും പരസ്പരം നോക്കി. ആരാണിയാൾ? മുഖം വ്യക്തമല്ല. വൃദ്ധന് നിലവിളിക്കണമെന്നും, തൊട്ടുതാഴെ കിടക്കുന്ന മക്കളെ ഉണർത്തണമെന്നുമുണ്ട്. പക്ഷേ, വയ്യ!വാക്കുകൾ കിട്ടുന്നില്ല. വേറെയും രണ്ടു രൂപങ്ങൾ അകത്തേക്ക് പ്രവേശിക്കുന്നത് കണ്ടപ്പോൾ കഴിയാവുന്നിടത്തോളം ത്രാണി സ്വരൂപിച്ച് വൃദ്ധൻ ഒച്ചയെടുക്കാൻ ശ്രമിച്ചു. കരയാനാഞ്ഞ കുട്ടിയെ ശാസിക്കുന്നതുപോലെ എതിരാളിയുടെ ഇടത്തെ കൈയപ്പോൾ വൃദ്ധന്റെ  വായ്മൂടി. വിരലുകൾക്ക് പകരം സ്വന്തം ചുണ്ടത്ത് കഠാര വച്ചയാൾ 'ശബ്ദിക്കരുത്' എന്ന് ആംഗ്യം കാണിച്ചു. പിന്നെ നിസ്സാരമായി, ദയാവധം നടത്താൻ ശീലിച്ച കൈത്തഴക്കത്തോടെ ശബ്ദം കേൾപ്പിക്കാതെ അയാൾ വൃദ്ധന്റെ നാഭിയിലേക്ക് കഠാരികയറ്റി കൈ അർദ്ധവൃത്തത്തിൽ ചലിപ്പിച്ചു. ആയുധം വലിച്ചൂരിയിട്ടും ഖലൻ മുഖത്തെ പിടി അയച്ചില്ല. വളരെ പെട്ടെന്ന് നിശ്ചലമായ ശരീരത്തെ നാരായകൈയുകൊണ്ട് താങ്ങി അയാൾ കട്ടിലിലേക്ക് കിടത്തി.

****************************

നികുംഭിലയുടെ കോവിലിൽ ഉപാസനയിലായിരുന്ന അമൃതേശ്വരൻ ഏകാഗ്രതയറ്റ് ഞെട്ടിയുണർന്നു. എവിടെയോ പിഴച്ചു! ഉള്ളിലെ മുഴക്കങ്ങൾ അപായമണിനാദംപോലെ തോന്നിച്ചു. അശാന്തി ഉരഗവിഷംപോലെ സംക്രമിക്കുന്നു. അയാളെഴുന്നേറ്റു.

****************************

ഇടയന്റെ കുടിൽ.

കുടിലിനോട് ചേർന്ന് ഒരു വേലിക്കകത്ത് ആട്ടിൻപറ്റം നിശ്ശബ്ദമായി വിശ്രമിക്കുന്നു. ഇടയൻ ഉമ്മറത്തിരുന്ന് പാൽപേടകൾ തയ്യാറാ

ക്കുകയാണ്. അപ്പോൾ ഒരാട് അസ്വാഭാവികമായൊരു ശബ്ദം തൊടുത്തു; കരച്ചിലല്ല.... ഇടയനത് ശ്രദ്ധിച്ച് മുറ്റത്തേക്ക് നോക്കി. ഇരുട്ടിൽ ഒരാൾ ഒരു മരംപോലെ കനംവച്ചു നില്ക്കുന്നു. സംഭ്രമത്തോടെ ഇടയൻ ചോദിച്ചു:

"ആരാത്?"

"വഴിപോക്കനാണ്." അപരന്റെ ശബ്ദം.

" ഈ രാത്രിയിൽ എന്തിന് വന്നു?"

അതിന് മറുപടിയുണ്ടായില്ല. ചോദ്യമാവർത്തിച്ചിട്ടും പ്രതികരണമില്ല. ആടുകൾ പിന്നെയും ശബ്ദമുണ്ടാക്കി. ഓർമ്മവച്ച മുതൽ ആടുകളോടൊത്ത് ഉഭയജീവിയെപ്പോലെ കഴിയുന്ന അയാൾക്ക് അവയുടെ ഭാഷയറിയാം. ആടുകളുടേത് യജമാനനുള്ള മുന്നറിയിപ്പാണ്. ആപത്ശങ്ക ഇടയനെ ഗ്രസിച്ചു. ഇടയൻ വിളക്കെടുത്ത് രൂപത്തിന്റെ അടുത്തേക്ക് ചെന്നു. ഒത്ത ഉയരമുള്ള പൂർണ്ണനഗ്നനായ ഒരു മനുഷ്യൻ! അയാളുടെ വിജൃംഭിച്ച പൗരുഷം ഇടയനെ ഭയപ്പെടുത്തി. അയാൾ കൈകൾ പിന്നോക്കം പിണച്ചാണ് നിന്നിരുന്നത്. ഇടയൻ വിളക്കിന്റെ വെളിച്ചം മുകളിലോട്ടുയർത്തി. അപരനപ്പോൾ ശബ്ദമില്ലാതെ ചിരിച്ചു. ക്രൂരമായ ആ മുഖം ഇടയന് വെളിപ്പെട്ടു. കൊട്ടാരത്തിൽ സീമന്തിനിയുടെ പിതാവിനൊപ്പം നിവേദനം നല്കാൻ ചെന്നപ്പോൾ കണ്ട കാവൽഭടൻ. അത് തിരിച്ചറിഞ്ഞ നിമിഷം: "നിങ്ങൾ..."

പൂർത്തിയാക്കാൻ ഇടയന് കഴിഞ്ഞില്ല. കൃപാണം ചടുലമൃഗത്തിന്റെ കുതിപ്പുപോലെ ഇടയന്റെ വാരിയെല്ലുകൾക്കിടയിലൂടെ വ്യഗ്രതയോടെ പാഞ്ഞു. ഒരാർത്തനാദത്തോടെ അയാൾ വീണു. ആടുകൾ വെപ്രാളപ്പെട്ട് കരഞ്ഞു. വേലികൾ തകർത്ത് അവ കൂട്ടം കൂട്ടമായി പുറത്തേക്ക് ചാടി നാലുഭാഗത്തേക്കും ചിതറി.

കൊലയാളി ഭരണകൂടത്തിൽ നിന്ന് ഒരു രാത്രി പതിച്ചു കിട്ടിയിരിക്കുന്ന ഹിംസയുടെ പരിധിയില്ലാത്ത സ്വാതന്ത്ര്യമാസ്വദിക്കുകയായിരുന്നു.

മൃതമായെങ്കിലും ചൂടാറാത്ത രണ്ടു കന്യകകളുടെ ശരീരത്തിൽ ഇനിയുമൊരാഘോഷത്തിന് സാദ്ധ്യതയുണ്ടെന്ന് കൊടൂരതയുടെ പാരമ്യത്തിൽ അധമനോർത്തു.

ശവം! രതി ! ക്രൂരത !!

## പതിനാറ്

**പ**കിട കളിക്കാൻ സ്വർണ്ണനിഷ്കങ്ങളുമായി പൂമുഖത്ത് നിന്നിറങ്ങിയ കാളിയനമ്പരന്നു. തന്റെ ഗൃഹത്തിന് ചുറ്റും സന്നാഹത്തോടെ രാജഭടന്മാർ. ഒരു ഭടൻ അയാൾക്കരികിലേക്ക് വന്നു:

"നിങ്ങൾ എവിടെ പോകുന്നു."

"വാണിഭത്തിന്. " കാളിയൻ പരുങ്ങി.

"ഇപ്പോൾ മുതൽ നിങ്ങൾ ഞങ്ങളുടെ അധീനതയിലാണ്. നിങ്ങളെ

തടവറയിലേക്ക് കൊണ്ടുപോകാനാണ് ഞങ്ങൾ വന്നിരിക്കുന്നത്. ”

തടവറ! കാളിയൻ ഞെട്ടി. ഭടന്മാർക്ക് ആള് തെറ്റിയതായിരിക്കുമെന്നയാൾ കരുതി. കാളിയനതു സൂചിപ്പിച്ചപ്പോൾ ഭടൻ പറഞ്ഞു:

“ഇല്ല. കാളിയനെ തേടിത്തന്നെയാണ് ഞങ്ങൾ വന്നിരിക്കുന്നത്.”

“അതിന് ഞാൻ ചെയ്ത കുറ്റം.”

“നിങ്ങൾ നാല് കൊലപാതകങ്ങൾ നടത്തിയിരിക്കുന്നു.”

ഇക്കുറി കാളിയൻ ശരിക്കും കിടുങ്ങി.

“ഞാൻ കൊല നടത്തിയെന്നോ! എന്തസംബന്ധമാണീ പറയുന്നത്.”

രംഗം പന്തിയല്ലെന്ന് കണ്ട് അവിടേക്ക് വന്ന കാളിയന്റെ ഭാര്യ നിലവിളിക്കാൻ തുടങ്ങി. കാളിയൻ സ്വന്തം നിലപാട് സ്ഥാപിക്കാൻ ശ്രമിക്കുമ്പോൾ മുഖ്യഭടൻ വിലങ്ങണിയിക്കാൻ നിർദ്ദേശം നല്കി. കാളിയൻ കുതറിയോടാൻ ശ്രമിച്ചു. ഭടന്മാർ ബലമായി അയാളെ ബന്ധനസ്ഥനാക്കി. അയാളുടെ ഭാര്യ അപ്പോഴേക്കും ബോധം മങ്ങി വീണുകഴിഞ്ഞിരുന്നു. ഭടന്മാർ കാരാഗൃഹത്തിലേക്ക് തള്ളുന്നതുവരെയും കാളിയൻ തന്റെ നിരപരാധിത്വം പുലമ്പിക്കൊണ്ടിരുന്നു. കാരാഗൃഹം പൂട്ടി ഭടന്മാർ പിൻവാങ്ങും നേരം മന്ത്രി വന്ന് ആസ്വദിക്കുന്ന, നാടകീയ ശാന്തതയോടെ വിശദീകരിച്ചു:

“നീ ഇന്നലെ രാത്രി സീമന്തിനിയുടെ പിതാവിനെയും സഹോദരിമാരെയും അവരുടെ ബന്ധുവിനെയും കൊലപ്പെടുത്തിയിരിക്കുന്നു. അതിന് സാക്ഷികളുണ്ട്.”

ആ നിമിഷം മുതൽ കാളിയൻ സമ്പൂർണ്ണ നിശ്ശബ്ദനായി. തനിക്ക് ചുറ്റും ലോകം കറങ്ങുന്നതായും അതിന്റെ ആവേഗം വർദ്ധിച്ച് പിന്നെ ഒരണുവിലേക്ക് താൻ ചുരുങ്ങുന്നതായും അയാൾക്കനുഭവപ്പെട്ടു. താൻ വീണുപോയിരിക്കുന്ന ഗർത്തത്തിന്റെ ആഴത്തെക്കുറിച്ചയാൾക്ക് ബോദ്ധ്യം വന്നു. സകല കരുത്തും ചോർന്ന് പൊള്ളയായ ശരീരവുമായയാൾ ചിലന്തിവലകൾ കെട്ടിയ തടവറയുടെ ചുമരിലേക്ക് ചാഞ്ഞു.

അരാണ് തന്നെ ചതിച്ചത്?

ആരാണ് ഇത്ര വലിയ ശത്രു!

എന്തിന്?

തന്റെ മകളുടെ പ്രായമുള്ള സീമന്തിനിയിൽ അഭിനിവേശപ്പെട്ട് രോഗിയായ തന്റെ ഭാര്യയെ നോവിച്ച അഭിശപ്ത നിമിഷങ്ങളെക്കുറിച്ചോർത്തയാൾ പശ്ചാത്തപിച്ചു. ഈ കുരുക്കിൽനിന്ന് രക്ഷപ്പെട്ടാൽ ഇനിയൊരിക്കലും അവിഹിതമാർഗ്ഗങ്ങൾ തേടില്ലെന്ന് ഈശ്വരനാമത്തിൽ പ്രതിജ്ഞ ചെയ്തു.

തടവറയിൽനിന്ന് മന്ത്രിയും ഭടന്മാരും തളത്തിലെത്തിയപ്പോൾ അവിടെ രാജഗുരുവും അമൃതേശ്വരനും സംസാരിച്ചു നില്ക്കുന്നുണ്ടായിരുന്നു. രാജഗുരു അമൃതേശ്വരനോട് ദാരുണമായുണ്ടായ ‘സംഭവങ്ങൾ’ വിവരിക്കുകയാണ്. അവരുടെ സമീപത്തെത്തിയപ്പോൾ രാജഗുരു മന്ത്രിയെ ഓർമ്മിപ്പിച്ചു:

“സന്ദർശകരെ ആരെയും അനുവദിക്കരുത്. കാവലിന് പ്രത്യേകം ഭടന്മാരെ നിർത്തണം.”

അമൃതേശ്വരൻ നിസ്സംഗതയോടെ അവിടെനിന്നും നടന്നകന്നു. അയാളുടെ പരോക്ഷമായ വിയോജിപ്പ് മനസ്സിലാക്കി അതിന്മേലുള്ള നീര സഭാവത്തോടെ രാജഗുരുവും, മന്ത്രിയും നിന്നു.

അറയിൽ അമൃതേശ്വരൻ അസ്വസ്ഥതയോടെ മഞ്ചത്തിലേക്കിരുന്നു. അയാൾ രചിച്ചതടക്കം ഗരിമകൊണ്ട് ഗുണജാതമായ നാനാവിധം ചിത്ര ങ്ങൾകൊണ്ട് അവിടെ അലങ്കരിക്കപ്പെട്ടിരുന്നു. അമൃതേശ്വരൻ യാദൃച്ഛി കമെന്നോണം ആ കലാസൃഷ്ടികളിലൂടെ കണ്ണോടിച്ചു. അപ്പോഴൊരാ ശ്വാസം തോന്നി. അമൃതേശ്വരൻ വരച്ച രാജ്ഞിയുടെ ചിത്രവും അവി ടെയുണ്ട്. മുമ്പെങ്ങോ മുഴുവനാക്കാത്ത മിനുക്കുപണികൾ ബാക്കി നില്ക്കുന്ന മാതാവിന്റെ ആ ചിത്രം കണ്ടപ്പോൾ പ്രചോദനം തോന്നു കയും പൂർത്തിയാക്കാൻ ചായക്കൂട്ടുകളെടുക്കുകയും ചെയ്തു.

അയാൾ വരച്ചു തുടങ്ങി. ശോകവിമൂകതയിൽ കലാസൃഷ്ടി ഒരു സാന്ത്വനംപോലെയാണ്. ഉരുത്തിരിയുന്ന പുതിയ തലങ്ങൾ കൂടുതൽ അർത്ഥസമ്പുഷ്ടമാകും. പൂർണ്ണതയ്ക്ക് വേണ്ടി ഹൃദയം തപിക്കും. ചില കലാകാരന്മാർ മദ്യപിക്കുന്നത് അതിന് വേണ്ടിയാണ്. മദ്യം സന്തോഷ മല്ല, ശോകമാണ് കനിയുന്നത്. ശോകത്തിന്റെ ലഹരി.

രാജ്ഞിയുടെ പക്ഷ്മങ്ങളുടെ കറുപ്പും, നെറ്റിയിലേക്ക് വീണ കുറു നിരകളുമാണ് പൂർത്തിയാക്കാനുണ്ടായിരുന്നത്. ശൂന്യതയിൽ നിന്നൊരു രൂപം ചമയ്ക്കാനാണ് പ്രയാസം. അലങ്കാരജോലികളും, ഭാവദീപ്തങ്ങളും ആയാസരഹിതവും, ആസ്വദനീയവുമാണ്; അമൃതേശ്വരനെ സംബന്ധിച്ച്.

കല പൂർത്തിയാക്കിയ രാജ്ഞിയുടെ കോമള മനോഹരരൂപത്തെ ചിത്രകാരൻ നിർവൃതിയോടെ നോക്കിനിന്നു. ആ നില്പ് തുടർന്നപ്പോൾ ചിത്രത്തിന്റെ സൂക്ഷ്മതലങ്ങൾ തുടിക്കുന്നതായും, താനുദ്ദേശിക്കാത്ത മറ്റെന്തൊക്കെയോ ഭാവഭേദങ്ങൾ അതിന് കൈവരുന്നതായും അയാൾക്ക് തോന്നി. വിലോമത ദ്യോതിപ്പിച്ച് സൃഷ്ടി സൃഷ്ടികർത്താവിനെ പരീ ക്ഷിക്കുന്നുവോ!

ഒരന്യതാബോധം അമൃതേശ്വരനെ തീണ്ടി. രാജ്ഞിയുടെ വശ്യമായ നോട്ടം നേരിടാനാവാതെ അയാൾ വിയർത്തു. കാല്ക്കീഴിൽ ചായക്കൂട്ടു കൾ മറിഞ്ഞ് അമൂർത്ത കലകൾ രൂപപ്പെട്ടു. അസഹ്യതയോടെ അമൃ തേശ്വരൻ ശയ്യയിലേക്കിരുന്നു. അപരാധിയെപ്പോലെ തലകുനിച്ചു.

വെളിപ്പാടുകൾ സ്വയം സംസാരിക്കുന്നു:

“ഒരു യാത്ര അനിവാര്യമായിരിക്കുന്നു. മനസ്സ് അത്രമേൽ കലുഷി തമാണ്. സ്വന്തം അസ്തിത്വംപോലും നഷ്ടപ്പെട്ടതുപോലെ. ഒരിടത്തും ശ്രദ്ധയുറയ്ക്കുന്നില്ല. ഒരു ചിത്തഭ്രമക്കാരന്റെയോ, അന്തർമുഖന്റെയോ അവസ്ഥ. ഈ പ്രതിസന്ധിയിൽനിന്ന് മുക്തി നേടണം. രാജ്യത്തോടു ളള കടമ നിറവേറ്റണം, നീതിയുക്തനായ ഭരണാധികാരിയാകണം.

എന്നെ മഥിക്കുന്ന പ്രശ്നങ്ങൾക്ക് ഉത്തരം തരാൻ കഴിയുന്ന ഒരാൾ,

ഒരുപക്ഷേ, ജീവിച്ചിരിക്കുന്ന ഒരേ ഒരാൾ ഈ ലോകത്തുണ്ട്. അദ്ദേഹവുമായി സന്ധിക്കണം. അതിന് യാത്രയിനി വൈകിക്കൂടാ.

മന്മഥത്തിലേക്കുള്ള യാത്രയെപ്പറ്റി അമൃതേശ്വരൻ രാജഗുരുവിനെ അറിയിച്ചപ്പോൾ അദ്ദേഹത്തിന് സന്തോഷമായി:

"നല്ലത്. യാത്ര മനസ്സിനെ ശുദ്ധീകരിക്കും. ഞാനിത് അങ്ങോട്ടു പറയണം എന്നു കരുതിയിരിക്കുകയായിരുന്നു."

മുമ്പൊരിക്കൽ രാജഗുരു തന്നെയാണ് വൈശാഖിവംശക്കാരൻ തന്നെയായ, അമൃതേശ്വരന്റെ അതേ കർമ്മപഥങ്ങളിലൂടെ കടന്നുപോയ മന്മഥനെക്കുറിച്ച് സൂചിപ്പിച്ചത്.

"വേണമെങ്കിൽ സഹയാത്രികനായി ഒരാളെക്കൂടി കൂട്ടിക്കോളൂ." രാജഗുരു പറഞ്ഞു. അമൃതേശ്വരൻ നിഷേധിച്ചു:

"ഒറ്റയ്ക്ക് മതി. വിനോദത്തിനല്ലല്ലോ ഈ യാത്ര."

രാജഗുരു വിശദീകരിച്ചു:

"മഹേന്ദ്ര പർവ്വതത്തിന് പടിഞ്ഞാറ് അഷ്ടമുടി കഴിഞ്ഞാൽ പിതൃപൂജകൾക്ക് കേളികേട്ട മന്മഥന്റെ രാജ്യമായി. അദ്ദേഹത്തിന്റെ പൗത്രനാണിപ്പോൾ രാജ്യം ഭരിക്കുന്നത്. ഇവിടെ നിന്നാണെന്നറിയുമ്പോൾ പ്രത്യേകം പരിഗണന കിട്ടാതിരിക്കില്ല. വേണമെങ്കിൽ കുറിമാനവുമായി ഒരു ദൂതനെ മുമ്പേ വിടാം. സ്വയം പരിചയപ്പെടുത്തേണ്ടിവരില്ല."

"അകമ്പടിയോ, വാഹനമോ വേണ്ട. അനൗപചാരികമായൊരു യാത്ര." ദൃഢചിത്തനായി അമൃതേശ്വരൻ തുടർന്നു. "ഞാൻ വരുമ്പോഴേക്കും അങ്ങ് രാജാഭിഷേകത്തിനുള്ള ഒരുക്കങ്ങൾ നടത്തിക്കോളൂ."

"എല്ലാം നല്ലതിന്." രാജഗുരു കൃതാർത്ഥനായി.

യാത്രയ്ക്ക് മുമ്പ് അമൃതേശ്വരന് വലിയച്ഛനെ കാണണമെന്നുണ്ടായിരുന്നു. പതിവുപോലെ അദ്ദേഹം വാതിൽ തുറക്കുകയോ, പുറത്തേക്ക് വരികയോ ചെയ്തില്ല. കൊട്ടാരത്തിലെ സംഭവവികാസങ്ങളെല്ലാം വലിയച്ഛനറിഞ്ഞിട്ടുണ്ടാകും എന്നമൃതേശ്വരനുറപ്പായിരുന്നു.

'യാത്ര സഫലമാകട്ടെ' എന്ന് ദാസി മുഖേന വലിയച്ഛൻ മംഗളമാശംസിച്ചു.

ഒരു രഥം രാജ്യാതിർത്തിയിലുള്ള സമുദ്രതീരത്തു വന്നു നിന്നു. അതിൽ നിന്ന് അമൃതേശ്വരൻ ഭാണ്ഡവുമായി സാധാരണ വേഷത്തിൽ പുറത്തേക്കിറങ്ങി. തേരാളിയോട് തിരികെ പൊയ്ക്കൊള്ളാൻ അനുവാദം കൊടുത്തയാൾ നൗകയിലേക്ക് കയറി. നൗകയിൽ വിവിധ തരക്കാരായ യാത്രക്കാരുണ്ടായിരുന്നു. അധികവും കച്ചവടക്കാരായിരുന്നു. ആ രാജ്യക്കാരും, അല്ലാത്തവരും.

സമുദ്രത്തിലെ ഈറൻകാറ്റ് മുഖത്തേക്കടിക്കാത്തവിധം യാത്രാദിശക്കെതിരായി അമൃതേശ്വരൻ ഇരിപ്പിടം കണ്ടെത്തി. നൗക മുന്നോട്ടു നീങ്ങി. അമൃതേശ്വൻ ഗതകാലത്തിലേക്ക് പിന്നോട്ടും സഞ്ചരിച്ചു.

അച്ഛനുമമ്മയും ബാല്യവും കൗമാരവും യുദ്ധവും ആരവവും അയാളുടെ മനോപഥങ്ങളിലൂടെ കടന്നുപോയി.

പിന്നീട് നിയോഗത്തിന്റെ പുതിയ പന്ഥാവിനെക്കുറിച്ചുമയാളോർത്തു.

## പതിനേഴ്

**മ**റ്റൊരു ദേശത്ത് രാജകുമാരൻ എന്ന പരിഗണനയും, പരിവേഷവുമില്ലാതെ അപരിചിതനായി അമൃതേശ്വരൻ സഞ്ചരിച്ചു. ഒരർത്ഥത്തിൽ ഇതൊരു സ്വാതന്ത്ര്യമാണ്. വിശപ്പും ദാഹവുമറിഞ്ഞ് മണ്ണിന്റെ ഗന്ധവും, വെയിലിന്റെ കഠിനതയുമനുഭവിച്ച് സാധാരണക്കാരനായി താദാത്മ്യപ്പെടൽ.

ഭൂപ്രകൃതി മാറുന്നതിനനുസരിച്ച് ആളുകളുടെ ജീവിതരീതിയും, ജീവിതമാർഗ്ഗവും മാറുന്നു. ഇവിടെ ഭാരോദ്വഹനം കഴുതകളുടെ ജോലിയാണ്. ശശാങ്കപുരത്ത് കഴുതയെ കെട്ടിയ വാഹനത്തെ കണികാണാൻ കിട്ടില്ല. കഴുതവണ്ടികൾ ദാരിദ്ര്യത്തെയും, അധോഗതിയെയും ഓർമ്മിപ്പിക്കുന്നു. ഇവിടെ തൊഴിലാളികളുടെയും കർഷകരുടെയും ജോലി സമയം പ്രദോഷം വരെയാണെങ്കിൽ ശശാങ്കപുരത്തിൽ മദ്ധ്യാഹ്നത്തിൽ തൊഴിലവസാനിപ്പിക്കുന്നു. ബാക്കിയുള്ള സമയം വിനോദത്തിനും, സാമൂഹ്യപ്രവർത്തനത്തിനുമുള്ളതാണ്. അതും തൊഴിലിൽ വിനിയോഗിച്ച് ഇരട്ടിവരുമാനം നേടുന്നവരുമുണ്ട്. അവർ മൂന്നാംകൂറുകാർ – നാളെയുടെ സമ്പന്നർ.

നിഗമനം വച്ചുനോക്കുമ്പോൾ ഇപ്പോൾ പാതിദൂരമെങ്കിലും താണ്ടിയിട്ടുണ്ടായിരിക്കണം. ഏകാന്തമായ മൂന്ന് പകലും, രണ്ട് രാത്രിയും.

നേരം ഇരുട്ടിയിരുന്നു. പകൽ മുഴുവൻ വിശ്രമമില്ലാത്ത കാൽനടയാത്രയായതിനാൽ നല്ല ക്ഷീണമുണ്ട്. രണ്ടു നാഴിക പിന്നിട്ടാൽ ഒരു സത്രമുണ്ടെന്ന് അന്വേഷിച്ചപ്പോൾ അറിയാൻ കഴിഞ്ഞിരുന്നു. നല്ല വിശപ്പുണ്ട്. ഉച്ചയ്ക്ക് മീനാക്ഷിക്ഷേത്രത്തിൽനിന്ന് പ്രസാദം ഊട്ടിന് കഴിച്ചതാണ്. വിശപ്പിന് ഒരു വിരുദ്ധസ്വഭാവമുണ്ട്. സുഭിക്ഷതയുടെ നടുവിൽ നാണം കുണുങ്ങിയെപ്പോലെയത് പിൻവലിഞ്ഞിരിക്കും. പ്രതികൂലമായൊരു ഘട്ടത്തിൽ ആക്രമണോത്സുകമായ ശത്രുവിനെപ്പോലെയത് ആക്രമിക്കും.

സത്രപ്പടിക്കലെത്തിയപ്പോൾ രാത്രി വൈകിയിരുന്നു. കുറച്ച് പഥികരേ ഉണ്ടായിരുന്നുള്ളൂ. അവർ അവിടങ്ങളിലായി ഉറങ്ങിക്കിടപ്പുണ്ട്. ദീക്ഷ വച്ച്, പിന്നിയ വസ്ത്രം ധരിച്ചൊരാൾ –ഒറ്റനോട്ടത്തിൽ അയാൾ ഭ്രാന്തനെപ്പോലെയായിരുന്നു– അയാൾ മുന്നിലെ ശൂന്യതയിൽ ശ്രോതാക്കളെ സങ്കല്പിച്ച് പിച്ചും പേയും പറയുന്നു. ആവർത്തിച്ച് ഉരുവിടുന്നത് കേൾക്കാം:

“ഋതുക്കൾ തീർന്നു പോകുന്നു.”

അയാളിൽ നിന്നകന്ന് സ്വല്പം സ്വസ്ഥമായൊരിടം തെരഞ്ഞുകൊണ്ടിരുന്നപ്പോൾ ഏതാണ്ട് സമപ്രായക്കാരനായ ഒരു യുവാവ് പുൽപ്പായ നീട്ടി അരുകിലുള്ള ഒഴിഞ്ഞയിടത്തേക്ക് സൗഹൃദഭാവത്തിൽ

അമൃതേശ്വരനെ ക്ഷണിച്ചു. അമൃതേശ്വരനവിടേക്ക് ചെന്നു. യുവാവ് മന്ദഹസിച്ചുകൊണ്ട് പരിചയം സ്ഥാപിച്ചു:

"എവിടേക്കാണ്?"

"ദൂരെ മന്മഥം വരെ."

തിരിച്ചു പ്രകടിപ്പിക്കേണ്ട സാമാന്യമര്യാദ:

"നിങ്ങൾ?"

"ഉത്സവം കണ്ടു മടങ്ങുകയാണ്. വിശ്രമിച്ച് നാളെ പോകാമെന്ന് കരുതി."

അമൃതേശ്വരൻ അവിടേക്കിരുന്നു. അപ്പോൾ അപ്പുറത്തുള്ള വിഭ്രാന്തൻ അദൃശ്യനായ പ്രതിയോഗിയോടുള്ള ഉത്തരംപോലെ ഇടമുറിയാതെ പറഞ്ഞു തുടങ്ങി:

"സങ്കല്പിക്കാവുന്ന വിസ്മയങ്ങൾക്കപ്പുറം, നേർത്ത ദുർബ്ബലമാണെന്ന് തോന്നുന്ന കുനുപ്പുകൾ ഐക്യംകൊണ്ട് അമേയഭാരം പേറുന്നു. പിടികിട്ടാത്ത കണക്ക്, വഴിതെറ്റിക്കുന്ന സൂചകങ്ങൾ, നിഗ്രഹിക്കുന്ന വിഷകൃപാണങ്ങൾ! എന്നിട്ടും, ഒരണുവിന്റെ തുലനത്തിൽ അതിജീവിച്ച് മുന്നേറി ഗോപ്യത്തെ തൊട്ടുതൊട്ടില്ല എന്ന അന്തരാളഘട്ടത്തിൽ ഋതുക്കൾ തീർന്നുപോകുന്നു. അപ്രതീക്ഷിതമായ വിരാമം. കൂടുവിട്ട് കൂട് മാറുമ്പോൾ നേടിയ അഗോചരത്തിൽ സംഭവിക്കുന്നു ശോഷണം. കുറെ പിന്നിൽനിന്നും വീണ്ടും മുന്നോട്ട് . അപ്പോൾ ക്രിയകൾ കണ്ട് ചിരിക്കുന്ന വിധികർത്താവ് വിളിച്ച് പറയുന്നു: 'തെറ്റ്, അനീതി.' പഴയ ലാവണത്തിലേക്ക് പിന്നെയും വലിച്ചെറിയപ്പെടുന്നു. നിലയ്ക്കാത്ത പൊട്ടിച്ചിരി, ഭീരുവിന്റെ ജല്പനം: എത്ര അവസരങ്ങൾ തന്നു. എത്രയേറെ സഹായിച്ചു. നിനക്കിനി എത്ര മന്വന്തരങ്ങൾ വേണം. മനുഷ്യാ എത്ര തുച്ഛനാണ് നീ..."

അയാൾ സ്വരം മാറ്റി മറ്റൊരു താളത്തിൽ തുടർന്നു:

"...........ബലിയായവൻ അനശ്വരനാകുന്നു. ആ വഴി പിന്നീടൊരിക്കലും ആവർത്തിക്കപ്പെടുന്നില്ല. എന്നിട്ടും അവന് സഹയാത്രികരുണ്ടാവുന്നു. പുതിയ വഴികൾ വെട്ടിത്തെളിക്കാൻ കെല്പില്ലാത്തവർ, ധിഷണാബലമില്ലാത്തവർ, ഏകാന്തത നഷ്ടപ്പെട്ടവർ– അവർ അനുഗാനമേറ്റുപാടി സായൂജ്യമടയുന്നു. അവരും പറയുന്നു: ഋതുക്കൾ തീർന്നു പോകുന്നു."

അയാൾ നിശ്ശബ്ദനായി. അദൃശ്യരൂപിയുടെ ചോദ്യങ്ങൾക്ക് കാതോർക്കുകയാവാം. അരുകിലുള്ള യുവാവ് അമൃതേശ്വനോട് പറഞ്ഞു:

"പാവം. അയാൾക്ക് ഭ്രാന്താണ്."

അമൃതേശ്വരൻ തിരുത്തി:

"അയാൾ പറയുന്നത് വെളിപാടുകളാണ്. അമൂല്യമായ വെളിപാടുകൾ."

യുവാവ് ആശ്ചര്യത്തോടെ അമൃതേശ്വനെ നോക്കി

"നിങ്ങൾ ദൈവത്തെ കണ്ടിട്ടുണ്ടോ? " അമൃതേശ്വരൻ ചോദിച്ചു.

"ഇല്ല."

“അയാൾക്ക് മുന്നിൽ ദൈവമുണ്ട്. അയാൾ ദൈവവുമായി വാഗ്വാദത്തിലാണ്.”

യുവാവ് ചിരിച്ചു. പരിഹാസത്തിന്റെ ചിരി.

അമൃതേശ്വരനോർത്തു. ആ മനുഷ്യന് പ്രാഗ്‌രൂപത്തിൽ വളരെയധികം തിക്താനുഭവങ്ങളുണ്ടായിരിക്കും. അയാൾ പ്രതിഭാവിലാസമുള്ളവനും, ഉയർന്ന ചിന്താശേഷിയുള്ളവനുമാണ്. പക്ഷേ, പ്രകൃതി അയാൾക്ക് അനുകൂലമായിരുന്നില്ല. അതയാളുടെ സമനില തെറ്റിച്ചിരിക്കാം.

അയാൾ വീണ്ടും എന്തെങ്കിലും പറയുന്നുണ്ടോ എന്ന് അമൃതേശ്വരൻ ശ്രദ്ധിച്ചു. ഇല്ല. പൂർണ്ണ നിശ്ശബ്ദത മാത്രം.

“പകൽ മുഴുവൻ യാത്രയായിരുന്നു. നല്ല ക്ഷീണമുണ്ട്. ഞാനുറങ്ങട്ടെ.” അമൃതേശ്വരൻ യുവാവിനോട് പറഞ്ഞു.

യുവാവ് അമൃതേശ്വരന്റെ ഭാണ്ഡം ചൂണ്ടി പറഞ്ഞു:

“വിലപിടിപ്പുള്ള എന്തെങ്കിലുമുണ്ടെങ്കിൽ സൂക്ഷിച്ചോളൂ. കവർച്ചക്കാരുള്ള സ്ഥലമാണ്.”

“നന്ദി.”

വളരെ വേഗം അമൃതേശ്വരൻ ഉറക്കത്തിലാണ്ടു. അയാളുടെ നിദ്രയിൽ തത്ത്വജ്ഞാനിയുടെ ഭാഷണങ്ങൾ സ്വപ്നങ്ങളായി പുനർജ്ജനിച്ചു.

## പതിനെട്ട്

**പ്ര**ഭാതത്തിന് സ്വർണ്ണവർണ്ണമായിരുന്നു. ഊഷ്മാവ് കൂടിയ പ്രകാശവീചികൾ സൂത്രങ്ങളിലൂടെയും ജാലകങ്ങളിലൂടെയും സത്രത്തിലേക്കരിച്ചിറങ്ങി. അവ നിലത്ത് വിറയ്ക്കുന്ന ചില ഗോളങ്ങൾ വീഴ്ത്തി. ഒപ്പം വണ്ടുകൾ മൂളുന്നതുപോലെയുള്ള ഊർജ്ജപ്രവാഹത്തിന്റെ ശബ്ദം.

നീണ്ട ഒരു കാലയളവിനുശേഷം ഉണർന്നതുപോലെ അമൃതേശ്വരന് തോന്നി. ബോധമണ്ഡത്തിലാദ്യം തെളിഞ്ഞത് തലേന്ന് രാത്രിയിൽ കേട്ട അവധൂതന്റെ ഭാഷണമായിരുന്നു. എന്തൊരു തേജസ്സായിരുന്നു ആ വാക്കുകൾക്ക്. ജീവിതത്തിന്റെ വ്യർത്ഥതയും, നിരപേക്ഷതയും പ്രതിഫലിക്കുന്ന കല്ലിൽ കൊത്തിവയ്ക്കേണ്ട കാലാതിവർത്തിയാകേണ്ട വചസ്സ്. അയാൾ സ്വജീവിതാനുഭവം കൊണ്ടാർജ്ജിച്ച സമ്പത്ത്. ആ മനുഷ്യനെവിടെ? തനിക്കൊപ്പം കൂട്ടുകിടന്ന യുവാവെവിടെ? അമൃതേശ്വരൻ ചുറ്റും നോക്കി. ശൂന്യം. എല്ലാവരും സ്വന്തം കർമ്മവീഥികളിലേക്ക് യാത്രയായി കഴിഞ്ഞിരുന്നു.

അമൃതേശ്വരൻ കൈപ്പാടിനരികിൽ വച്ചിരുന്ന തന്റെ ഭാണ്ഡം പരതി. അതു കാണാനില്ല. സത്രത്തിനകത്തെല്ലായിടവും തെരഞ്ഞു. കിട്ടിയില്ല. തലേന്ന് യുവാവ് തന്ന മുന്നറിയിപ്പ് ഓർമ്മ വന്നു. അതെ! മോഷ്ടിക്കപ്പെട്ടിരിക്കുന്നു.

അമൃതേശ്വരൻ പുറത്തേക്ക് ചെന്നു. ഉമ്മറത്ത് മുറുക്കാൻ വട്ടം കൂട്ടി

കൊണ്ട് ഒരു വയോധികനിരിക്കുന്നു. പ്രഭാതത്തിലെ തിരക്കാണ്, മുന്നിലെ പാതയിൽ യാത്രാവണ്ടികൾ തലങ്ങും വിലങ്ങും ഓടുന്നു. അമൃതേശ്വരൻ അയാൾക്കരികിലേക്ക് ചെന്നു.

വയോധികൻ : "പുലർന്നതറിഞ്ഞില്ലെന്ന് തോന്നുന്നു."

"ഞാൻ ബോധം കെട്ടുറങ്ങി. ഒരബദ്ധം പറ്റി. എന്റെ ഭാണ്ഡം മോഷ്ടിക്കപ്പെട്ടു."

"കഷ്ടം! വിലപ്പിടിപ്പുള്ള എന്തെങ്കിലും ഉണ്ടായിരുന്നോ?"

"കുറച്ച് പണവും വസ്ത്രങ്ങളും."

"വ്യവഹാരസാധനങ്ങളുമായി ആരും ഇവിടെ തങ്ങാറില്ല. തസ്കരന്മാരുടെ ശല്യം അത്രയ്ക്കുണ്ട്. മോഷണത്തിന് നൂറ് ചാട്ടയടിയാണ് ശിക്ഷ. എന്നിട്ടും..."

വൃദ്ധൻ താംബൂലം ചവച്ചു. അമൃതേശ്വരൻ അയാൾക്കരികിലിരുന്നു.

ആരായിരിക്കും തന്റെ മുതൽ കവർന്നത്? യുവാവ് സൂചിപ്പിച്ചിട്ടും താൻ അശ്രദ്ധാലുവായി. പണമില്ലാതെ എങ്ങനെയിനി യാത്ര തുടരും?

"മന്മഥത്തിലേക്കിവിടെനിന്ന് എത്ര ദൂരമുണ്ടാകും." അമൃതേശ്വരൻ വൃദ്ധനോട് അന്വേഷിച്ചു.

"അത് വളരെ ദൂരെയല്ലേ. നാഴിക തിട്ടപ്പെടുത്താൻ വയ്യ. വണ്ടിക്കാരോട് ചോദിച്ചാൽ പറഞ്ഞുതരും."

അമൃതേശ്വരൻ കുറെ നേരം എന്തുചെയ്യണമെന്നറിയാതെ ഇരുന്നു. ആ ഇരുപ്പിൽ സത്രത്തിന് മുന്നിൽ ഒരു കുതിരവണ്ടി വന്നുനില്ക്കുന്നത് കണ്ടു. കുതിരവണ്ടി! ഒരപൂർവ്വകാഴ്ച. വണ്ടിയിൽനിന്നും മദ്ധ്യവയസ്കനായ യാത്രക്കാരനും, വണ്ടിക്കാരനും കൂടി നല്ല ഭാരമുള്ള ഒരു സഞ്ചി പുറത്തേക്ക് വച്ചു. വണ്ടിക്കാരൻ പണം വാങ്ങി തിരിച്ച് പോകാനൊരുങ്ങിയപ്പോൾ അമൃതേശ്വരൻ അയാൾക്കരികിലേക്ക് ചെന്നന്വേഷിച്ചു:

"മന്മഥത്തിലേക്ക് യാത്രപോകാൻ എത്ര പണം വേണ്ടിവരും?"

കുതിരക്കാരൻ ആലോചിച്ചു:

"ഇരുപത്തഞ്ച് പണം......."

".....എന്താ യാത്ര പോകാനുണ്ടോ?" കുതിരക്കാരൻ ഉത്സാഹിയായി.

"വേണ്ട. പൊയ്ക്കോളൂ."

കുതിരക്കാരന്റെ മുഖം മങ്ങി. അയാൾ വണ്ടിയോടിച്ചുപോയി. അമൃതേശ്വരൻ വീണ്ടും ചിന്താകുലനായി ഇരുപ്പുറപ്പിച്ചു. ഒരു ചുമട്ടുകാരനപ്പോൾ ഉടമസ്ഥനെ സമീപിച്ചു:

"ഭാരമെടുക്കാനുണ്ടോ? "

"ഉണ്ട്. പക്ഷേ, എത്ര വേണമെന്ന് മുമ്പേ പറയണം."

"എവിടേക്കാണ്."

"ഇരുമ്പിളിയം."

"എട്ടു പണം വേണ്ടിവരും."

ഉടമസ്ഥൻ വില പേശി:

"അതധികമാണ്. നാലു പണം തരാം."

ചുമട്ടുകാരൻ നിരാകരിച്ച് മടങ്ങി. ഉടമസ്ഥൻ വിളിച്ചു പറഞ്ഞു:

"ശരി അഞ്ചു പണം."

അയാളത് ഗൗനിക്കാതെ നടന്നകന്നു. ചുമട്ടുകാരന്റെ ധാർഷ്ട്യത്തെ പ്രാകിക്കൊണ്ട് ഉടമസ്ഥനെന്തോ പറഞ്ഞു. പിന്നെയയാൾ മറ്റൊരാൾക്ക് വേണ്ടി കാത്തുനിന്നു.

സാഹചര്യങ്ങളുടെ പ്രാധാന്യത്തെ കുറിച്ചപ്പോൾ അമൃതേശ്വര നോർത്തു. ലക്ഷ്യം നേടാനുള്ള അവസരങ്ങൾ എല്ലാവർക്കുമുന്നിലു മുണ്ട്. അത് കണ്ടെത്തലിലും, ഉപയോഗിക്കലിലുമാണ് മിടുക്ക്. മുന്നിൽ തെളിഞ്ഞ അവസരം ഉപയോഗപ്പെടുത്താൻ തന്നെ അമൃതേശ്വൻ തീരു മാനിച്ചു.

"ചുമട് ഞാനെടുക്കാം."

ഉടമസ്ഥൻ അമൃതേശ്വരനെ അടിമുടി നോക്കി. ഒരു ചുമട്ടുകാരന്റെ പരുക്കൻ രൂപഹാവങ്ങളില്ലാത്തത് അയാളെ അത്ഭുതപ്പെടുത്തിയിരി ക്കണം.

"ആവാം. പക്ഷേ, പ്രതിഫലം എത്ര വേണ്ടിവരുമെന്ന് അറിയണം."

"താങ്കൾക്കിഷ്ടമുള്ളത്."

അങ്ങനെയൊരു മറുപടി അയാളാദ്യമായി കേൾക്കുകയായിരുന്നു. അത് ഉടമസ്ഥനെ സന്തോഷിപ്പിച്ചു. അയാൾ ഭാരം അമൃതേശ്വരന്റെ തല യിലേക്ക് വച്ചുകൊടുത്തു. അവർ നടന്നു തുടങ്ങിയപ്പോൾ മുറുക്കാൻ ചവച്ചിരുന്ന വൃദ്ധനും ചാരിതാർത്ഥ്യനായി.

ഉടമസ്ഥൻ ഒരു സംസാരപ്രിയനായിരുന്നു. അയാൾ അമൃതേശ്വരന് പരിചയപ്പെടുത്തി: മുത്തുമാരൻ–കൃഷിക്കാരനാണ്. മകളുടെ വിവാഹകാ ര്യവുമായി ബന്ധപ്പെട്ട് പട്ടണത്തിലേക്ക് വന്നതാണ്. രാജകുമാരനാ ണെന്ന് വെളിപ്പെടുത്താതെ മൻമഥത്തിലേക്കുള്ള യാത്രയെപ്പറ്റിയും സത്രത്തിൽ വെച്ച് പണമപഹരിക്കപ്പെട്ടതും, യാത്രക്കൂലിക്കുള്ള പണം തികയും വരെ ഇവിടെ ജോലി ചെയ്യാൻ ഉദ്ദേശിക്കുന്നെന്നും അമൃതേ ശ്വരൻ പറഞ്ഞു. അപ്പോൾ മുന്നിൽ തെളിഞ്ഞ പുതിയ സാദ്ധ്യതകളെ കുറിച്ച് മുത്തുമാരനും ചില കണക്കുകൂട്ടലുകൾ നടത്തി.

മദ്ധ്യാഹ്നത്തിനോടടുത്ത് അവർ ഒരു കുന്നിൻചരുവിലെത്തി. ആ കുന്നു കയറിയാൽ തന്റെ വീടായെന്ന് മുത്തുമാരൻ പറഞ്ഞു. അമൃതേ ശ്വരൻ നന്നേ പരവശനായ് കഴിഞ്ഞിരുന്നു. അത്യുഷ്ണം, കത്തിക്കാ ളുന്ന വിശപ്പും.

അവർ കുന്നുകയറി മുകളിലെത്തി. സാമാന്യം വലുപ്പമുള്ള, കരി മ്പനോലകൊണ്ട് മേല്ക്കൂര മേഞ്ഞ ഇടത്തരക്കാരന്റെ വീട്. മുറ്റത്ത് മനോഹരമായ പൂന്തോട്ടം. അതിനരുകിൽ വെള്ളകുമുദങ്ങൾ നിറഞ്ഞ തെളിമകൊണ്ട് ആഴം സ്ഫുരിപ്പിക്കുന്ന കുളം. വൃക്ഷങ്ങൾ ഇടതൂർന്ന തണൽ. സകല വൃക്ഷങ്ങളിലും കുരുമുളകുവള്ളികൾ പടർത്തിയിരി ക്കുന്നു. ചെമ്പകമരത്തിന്റെ ഏറുമാടത്തിലിരുന്ന് അമ്പലപ്രാവുകൾ കുറുകുന്നു.

അവരെത്തുമ്പോൾ ഉമ്മറത്ത് മുത്തുമാരന്റെ ഭാര്യയുണ്ടായിരുന്നു. ഭർത്താവിനെ കണ്ടപ്പോൾ അവർ ഉദ്വേഗഭരിതയായി. തീരെ പ്രതീക്ഷിക്കാത്ത മറ്റൊരാളുടെ സാമീപ്യം എന്തോ അറിയാൻ തിടുക്കപ്പെട്ട അവരുടെ ചോദ്യത്തെ അടക്കി. മുത്തുമാരൻ ഭാര്യയോട് പറഞ്ഞു:

"കലവറ തുറന്നു കൊടുക്ക്."

അവർ അകത്തേക്ക് മകളെ വിളിച്ചു:

"മാലിനീ..."

ഒരു യുവതി ഉമ്മറത്തേക്ക് വന്നു. അവളാദ്യം അമൃതേശ്വരന്റെ മുഖത്തേക്കാണ് നോക്കിയത്. അവൾക്ക് എണ്ണക്കറുപ്പിന്റെ നിറമായിരുന്നു. അവൾ സുന്ദരിയല്ല. എന്നാലൊട്ട് വിരൂപയുമല്ല.

"ഇയാൾക്ക് കലവറ കാണിച്ച് കൊടുക്ക്." അമൃതേശ്വരനെ ചൂണ്ടി മാലിനിയോട് അമ്മ പറഞ്ഞു.

"വരൂ." മാലിനി അകത്തേക്ക് ക്ഷണിച്ചു. അവളുടെ ശബ്ദത്തിന് ആ രൂപത്തേക്കാൾ മനോഹാരിതയുണ്ടായിരുന്നു.

അവർ സൂക്ഷിപ്പുമുറിയിലേക്ക് നടക്കുമ്പോൾ മുത്തുമാരൻ വിളിച്ചു പറഞ്ഞു:

"അയാൾക്ക് കഴിക്കാനെന്തെങ്കിലും കൊടുക്ക്. രാവിലെ ചുമക്കാൻ തുടങ്ങിയതാ."

അവർ ഇടനാഴികയിൽ നിന്ന് വടക്കിനിയിലേക്ക് നടക്കുമ്പോൾ ഉമ്മറത്ത് നിന്ന് വീണ്ടും വിളിവന്നു:

"മാലിനീ ഇവിടെ വരൂ."

"നേരെ പോയി വലത്തേക്ക്. ഞാനിതാ വരുന്നു." ധൃതിയിൽ പറഞ്ഞ് മാലിനി ഉമ്മറത്തേക്ക് തന്നെ ഓടി.

അമൃതേശ്വരൻ മുന്നോട്ട് ചെന്നു. കലവറയുടെ ഉള്ളിലേക്ക് കടക്കാൻ നേരം അയാൾ ജുഗുപ്സാവഹമായ ഒരു കാഴ്ച കണ്ടു. പതിനാലോ, പതിനഞ്ചോ വയസ്സുള്ള ഒരു പൊടിമീശക്കാരൻ വ്യഞ്ജനങ്ങളിൽ ചാരിനിന്ന് പരിസരബോധം നഷ്ടപ്പെട്ട് മുഷ്ടിഭോഗം നടത്തുന്നു. അവൻ മാലിനിയുടെ സഹോദരനായിരിക്കും. അമൃതേശ്വരനൂഹിച്ചു. മാലിനി ഏതു നിമിഷവും ഇവിടെയെത്തും. ഒരുപക്ഷേ, അവൾക്കൊപ്പം അച്ഛനുമമ്മയും ഉണ്ടായേക്കാം. അവരാരും ഈ കാഴ്ച കണ്ടുകൂടാ! അത് സാഹചര്യം തന്നിലേല്പിച്ച ഉത്തരവാദിത്വമായി അയാൾക്ക് തോന്നി. ഒരാൺ മറ്റൊരാണിനോട് പുലർത്തേണ്ട ധാർമ്മികത. അമൃതേശ്വരന്റെ മനഃസാക്ഷി ശഠിച്ചു. അമൃതേശ്വൻ മുരടനക്കി. പയ്യൻ ഞെട്ടി കണ്ണുകൾ തുറന്നു. ഭീതിയും, ലജ്ജയും അവനെ കീഴടക്കി. അവൻ പൊടുന്നനെ നഗ്നത മറച്ച് അപരിചിതനെ ഖണ്ഡിച്ചുകൊണ്ട് പുറത്തേക്ക് പാഞ്ഞു. മാലിനി അപ്പോൾ തൊട്ടു പിന്നിൽ. അവളത് കണ്ടില്ല! ഒരു നിശ്വാസം അമൃതേശ്വരനിൽ നിന്നുതിർന്നു. അയാൾ ഭാരം കലവറയിലേക്കിട്ടു.

"ഭക്ഷണം കഴിക്കാം. അടുക്കളയിലേക്ക് വരൂ." മാലിനി ക്ഷണിച്ചു.

അവൾ അമൃതേശ്വരന് യവത്തിന്റെ ഉപ്പുമാവ് നല്കി. വിളമ്പുന്ന

തിനിടയിൽ ഖേദത്തോടെ, കരച്ചിലിന്റെ നേർത്ത ലാഞ്ഛനയോടെ അവൾ പതം പറഞ്ഞു:

"അതും മുടങ്ങി. അയാൾക്ക് വേറെ രണ്ടു ഭാര്യമാരുണ്ടത്രെ!"

വിളമ്പിയത് കഴിച്ചുകഴിഞ്ഞപ്പോൾ അയാളാവശ്യപ്പെടാതെ തന്നെ അവൾ രണ്ടാമതും വിളമ്പി. അപ്പോൾ ആദ്യമായി അമൃതേശ്വരൻ മാലിനിയുടെ മുഖത്തേക്ക് നോക്കി. ആ നിമിഷം മാലിനി തന്നെ മോഹിക്കുന്നുണ്ടെന്ന് അമൃതേശ്വരന് തോന്നി. പക്ഷേ, അയാൾ അവളുടെ കിന്നാരങ്ങൾക്ക് മറുപടി പറയുകയേ ഉണ്ടായില്ല.

യാത്രാക്കൂലിക്ക് ഇരുപത്തഞ്ച് പണം തികയ്ക്കാൻ ഇനി എന്തു ജോലി ചെയ്യണമെന്നാവശ്യപ്പെട്ടപ്പോൾ വനത്തിൽ പോയി പത്ത് ചുമട് വിറക് ശേഖരിച്ചു കൊണ്ടുവരാനാണ് മുത്തുമാരൻ പറഞ്ഞത്. അയാൾക്ക് അമൃതേശ്വരനോട് മമതയുണ്ട്. അതുകൊണ്ടാവാം പിന്നീട് തിരുത്തി പറഞ്ഞു:

"നിങ്ങളെക്കൊണ്ട് കഴിയുന്നത്ര."

പത്ത് ഊഴം വിറക് ശേഖരിച്ചു കഴിഞ്ഞപ്പോൾ സന്ധ്യ മയങ്ങി. മുത്തുമാരൻ പറഞ്ഞു:

"ഇന്നിനി മടങ്ങേണ്ട. രാത്രി ഇവിടെ തങ്ങി പുലർച്ചയ്ക്ക് പോകാം."

"സുമനസ്സിന് നന്ദി."

അപ്പുറത്തുനിന്ന് മറഞ്ഞുനിന്നത് കേട്ട മാലിനിയിൽ ആഹ്ലാദം നുരയിട്ടു. ഒരു വിറ ഉടലാകെ പടരുന്നത് അവളറിഞ്ഞു. ചോദ്യങ്ങൾക്കൊന്നും തന്നോട് വാക്കുകൾകൊണ്ട് മറുപടി തരാത്ത സ്വന്തം ഊരും, പേരും പോലുമുച്ചരിക്കാത്ത സുന്ദരനായ ആ ചെറുപ്പക്കാരന് എന്തൊക്കെയോ പ്രത്യേകതയുള്ളതായി അവൾക്ക് തോന്നി. പ്രേമമല്ല ആരാധനയാണയാളർഹിക്കുന്നത്. സുഭഗതയല്ല വ്യക്തിത്വമാണയാളെ ശ്രദ്ധേയനാക്കുന്നത്.

ദേഹം മുഴുവൻ അഴുക്കായിരുന്നു. പൊയ്കയിലെ മുത്തുപോലുള്ള വെള്ളം അമൃതേശ്വരനെ മത്തുപിടിപ്പിച്ചു. അയാൾ അരയന്നങ്ങൾ നീന്തുന്ന പൊയ്കയിലേക്ക് വില്ലാകൃതിയിൽ കൂപ്പുകുത്തി. അരയന്നങ്ങൾ പാർശ്വങ്ങളിലേക്ക് വഴുതി. ഉപരിതലത്തിൽനിന്ന് അമൃതേശ്വരൻ ആഴങ്ങളിലേക്ക് ഊളിയിട്ടു. അടിത്തട്ടിൽ ഒരു പ്രത്യേക ഭാഗത്തെ ജലത്തിന് ഹിമംപോലെ തണുപ്പുണ്ടായിരുന്നു. ആ ശീതളിമയിൽ കിടന്നയാൾ ശശാങ്കപുരത്തിനും, മന്മഥത്തിനുമിടയിൽ ഒരജ്ഞാതയിടത്ത് ഒരു രഗത്തെപ്പോലെ പൊത്തിലൊളിച്ചിരിക്കുന്ന ക്ഷണികമായ തന്റെ സ്വാസ്ഥ്യത്തെ പറ്റി ചിന്തിച്ചു. മത്സ്യങ്ങളും, കൂർമ്മങ്ങളും അമൃതേശ്വരനെ തൊട്ടുരുമ്മി. വായുവിനായി തിക്കുന്ന പ്രാണൻ മോക്ഷത്തിന് കെഞ്ചി.

ഈറനുണങ്ങാൻ പടവുകളിൽ വിശ്രമിക്കുമ്പോൾ മുത്തുമാരൻ ഒരു കൂട്ട് വസ്ത്രങ്ങളുമായി വന്നു. അയാൾക്ക് അമൃതേശ്വരന്റെ പ്രായത്തിലുള്ള ഒരു മകനുണ്ടത്രെ. ദൂരെ ദേശങ്ങളിൽ കച്ചവടം നടത്തുന്ന

അയാൾ വല്ലപ്പോഴുമേ വീട്ടിൽ വരാറുള്ളൂ. അയാൾക്കും താഴെ ഒരാൾകൂടിയുണ്ട്. അവൻ ജാള്യതകൊണ്ട് തന്റെ സാമീപ്യത്തിൽ നിന്നകന്ന് എവിടെയെങ്കിലും മറഞ്ഞിരുപ്പുണ്ടാകും.

പുതിയ വസ്ത്രങ്ങൾ ധരിച്ചയാൾ മുത്തുമാരനൊപ്പം വീട്ടിലേക്ക് നടന്നു. ചുവന്ന സൂര്യൻ ചക്രവാളങ്ങൾക്കപ്പുറം മറയുകയാണ്. അസ്തമയം വ്യസനഭരിതമായ കാഴ്ചയാകുന്നു. ചുവന്ന സന്ധ്യ, കാറ്റ് വിതച്ച് പെയ്യുന്ന കൊടുംവർഷം, അഗ്നിപടർന്ന വനം, ഇല കൊഴിഞ്ഞ മരങ്ങൾ...... അങ്ങനെ ചിലത് അകാരണമായി അമൃതേശ്വരനെ വിഷാദിപ്പിക്കുന്നു. വിശദീകരിക്കാൻ കഴിയില്ല എന്തോ...

അറം പറ്റിപ്പോകുന്ന വാക്കുകളും, വിചാരങ്ങളുമുണ്ട്. കൊട്ടാരത്തിലെ സുഖസുഷുപ്തസായൂജ്യങ്ങളിലും സങ്കല്പത്തിൽ മലയോരത്തെ ഊക്കൻ കാറ്റുമരങ്ങൾക്കിടയിലുള്ള ഏകാന്തമായ കുടിലും, അവിടത്തെ ലളിത ജീവിതവും ഭ്രമിപ്പിച്ചു. പിന്നെ ബാലമനസ്സിന്റെ നിഷ്കളങ്കതയിലെപ്പോഴോ ലോകത്തെ ഏറ്റവും ഭംഗിയുള്ള സ്ത്രീ തന്റെയമ്മയാണെന്നും വലുതായാൽ താനവരെ കല്യാണം കഴിക്കുമെന്നും സതീർത്ഥ്യരോട് വമ്പ് പറഞ്ഞു.

ഇന്ന്!

വിധിയുടെ കടുംഗണിതത്തിൽ കാമനകൾ സത്യമായി സത്വം പോലെ നേർക്കുനേർ നില്ക്കുമ്പോൾ ആ ജ്വരതീക്ഷ്ണതയിൽ എന്തു ചെയ്യണമെന്നറിയാതെ താൻ പകച്ചുപോയിരിക്കുന്നു. അശരണനായി പലായനംവരെ നടത്തിയിരിക്കുന്നു. അനുഭവം മുന്നറിയിപ്പു തരുന്നു. അറിവില്ലാത്ത വൈചിത്ര്യങ്ങൾ അഭിലഷിക്കരുത്. അവനവൻപോലുമറിയാതെ സ്വന്തം ഉപബോധമനസ്സത് യാഥാർത്ഥ്യമാക്കിയേക്കാം. ജീവിതത്തിലെ ഇന്ദ്രജാലങ്ങൾ നമുക്കജ്ഞാതമാണ്. ഒരായുസ്സ് മുഴുവൻ പ്രയത്നിച്ച് തീവ്രമായി മോഹിച്ച ഒന്ന് നമുക്ക് കിട്ടാതെ പോകുന്നു. കഴിവുണ്ട്, അർഹതയുണ്ട്, അർപ്പണമുണ്ട്; എന്നിട്ടും... തീരെ ക്ലേശിക്കാതെ പണ്ടു പണ്ടെന്നോ സ്വപ്നം കണ്ട് മറന്ന അന്നത്തെ മഹാഭാഗ്യം നിനച്ചിരിക്കാതെ സഫലമാകുകയും ചെയ്യുന്നു. ചിലപ്പോൾ ഇപ്പോഴത് ഒരു ദുര്യോഗമായി കഴിഞ്ഞിരിക്കും. പടച്ചവനെ, ഇതെന്താണ്? വിധിപരമായ കണക്കുകൾ നിർദ്ധാരണം ചെയ്യാനാവാതെ നീളുന്നു.

“നീ ഒളിച്ചിരിക്കാതെ താഴോട്ട് വരൂ.” തന്നെ അഭിമുഖീകരിക്കാൻ പ്രയാസപ്പെട്ട് മരത്തിന് മുകളിൽ കയറി ഒളിച്ചിരിക്കുന്ന മാലിനിയുടെ അനിയനോട് അമൃതേശ്വരൻ വിളിച്ചു പറഞ്ഞു. മടിച്ചുമടിച്ചു കൊണ്ടവൻ താഴേക്കിറങ്ങി. അവനവിടെ പമ്മിയിരിക്കുന്നത് കുളിച്ചു മടങ്ങുമ്പോഴേ അമൃതേശ്വരൻ കണ്ടിരുന്നു.

“നിന്റെ വികൃതി അപരാധമല്ല. ഞാനിതാരോടും പറയില്ല. നിന്നോട് വെറുപ്പുമില്ല. വീട്ടിൽ വന്ന അതിഥിയെ ഭയപ്പെട്ടു കഴിയുക എന്നാൽ പ്രയാസമുള്ള കാര്യമാണ്. എന്നെയത് വേദനിപ്പിക്കുന്നു. നമുക്ക് സുഹൃത്തുക്കളാകാം.”

അവനിൽ വിശ്വാസം രൂപപ്പെട്ടു. അവന്റെ സംശയം മറ്റൊന്നായി:

"നിങ്ങളാരാണ്? കണ്ടാൽ ഒരു ചുമട്ടുകാരനായി തോന്നില്ല."

"ഞാനൊരു ചുമട്ടുകാരനല്ല.. അർത്ഥിയാണ്; അറിവ് തേടുന്ന അർത്ഥി."

അമൃതേശ്വരൻ അവനെ തോളിൽ കൈവച്ച് വീട്ടിലേക്ക് നടത്തി. ആ കുട്ടിക്ക് അയാളോട് സ്നേഹവും, ആദരവും തോന്നി–ഒരു ജ്യേഷ്ഠ സോദരനോടെന്നപോലെ.

ആർദ്രത ദൈവസ്പർശത്തെ അനുഭവിപ്പിക്കുന്ന മഹനീയവികാര മാണെന്ന് അമൃതേശ്വരനറിഞ്ഞു.

## പത്തൊൻപത്

**മു**ത്തുമാരന്റെ മുറ്റത്ത് തളച്ച കറുത്ത കുതിര അസഹിഷ്ണുത യോടെ കുളമ്പിട്ടടിച്ചു. കുതിരയുടെ മുഖത്ത് വ്യഗ്രതാഭാവമുണ്ടായിരു ന്നു. ആ വീട്ടിലെ സകലതിനെയും അത് പുച്ഛത്തോടെ നോക്കി.

വളരെ വൈകി എണീക്കുന്ന പ്രകൃതക്കാരായിരുന്നു മുത്തുമാരന്റെ കുടുംബം. ആതിഥേയർ എണീക്കാത്തതുകൊണ്ട് അമൃതേശ്വരൻ ഉണർന്നിട്ടും കുറച്ചുനേരം പിന്നെയും കിടന്നു. പുലർവെളിച്ചം അക ത്തേക്ക് വീണുകഴിഞ്ഞിട്ടാണ് മാലിനിയുടെ അമ്മ വാതിൽ തുറന്നത്. അമൃതേശ്വരൻ എണീറ്റ് പുറത്തേക്ക് കടക്കാൻ തുടങ്ങുമ്പോഴാണ് താൻ കിടന്നിരുന്ന മുറിയുടെ അങ്ങേത്തലയ്ക്കൽ സത്രത്തിൽ വച്ച് നഷ്ടപ്പെട്ട തന്റേതെന്ന് തോന്നിക്കുന്ന ഭാണ്ഡം ഇരിക്കുന്നത് കണ്ടത്. അതിനടുത്ത് ഒരാൾ ചുരുണ്ടുകൂടി കിടക്കുന്നുമുണ്ട്. അമൃതേശ്വരൻ ഭാണ്ഡം എടുത്തു നോക്കി. അതെ, തന്റേതുതന്നെ. അയാളുറപ്പുവരുത്തി. ഇതെങ്ങനെ ഇവിടെ വന്നു എന്നത് അതിശയോക്തിയായിട്ടപ്പോൾ തോന്നിയില്ല. അമൃ തേശ്വരനതിനകം പരിശോധിച്ച് എല്ലാം ഭദ്രമായിട്ടുണ്ടോ എന്ന് തിട്ടപ്പെ ടുത്തുമ്പോൾ മുത്തുമാരൻ അവിടേക്ക് ചാടി വീണു:

"നീ മോഷ്ടിക്കുകയാണല്ലേ?"

അമൃതേശ്വരൻ അത് ഗൗനിക്കാതെ തന്റെ പ്രവൃത്തിയിൽ മുഴുകി. അത് മുത്തുമാരന്റെ നിയന്ത്രണം തെറ്റിച്ചു. അയാൾ കോപം മൂത്തലറി:

"ഒരിടം തന്ന എന്റെ വീട്ടിൽ നിന്നുതന്നെ നീ മോഷ്ടിക്കും. അല്ലേ?"

അമൃതേശ്വരൻ ഭാണ്ഡവുമായെഴുന്നേറ്റു. അപ്പോൾ തലേന്ന് കണ്ട തിൽ നിന്ന് മാറ്റപ്പെട്ടുപോയ അയാളുടെ ശരീരഭാഷ കണ്ട് മുത്തുമാരൻ അന്ധാളിച്ചു. ഇയാളെയല്ലല്ലോ ഇന്നലെ കണ്ടത്! അപ്പോഴേക്കും മാലി നിയും അമ്മയും അവിടെക്കെത്തി. അമൃതേശ്വരൻ പറഞ്ഞു:

ഇതെന്റേതാണ്. സത്രത്തിൽ വച്ച് എനിക്ക് നഷ്ടപ്പെട്ടത്."

മുത്തുമാരൻ തർക്കിച്ചു:

"നുണ. ഇതെന്റെ മകന്റേതാണ്. ഇന്നലെ രാത്രി അവൻ കൊണ്ടു വന്നത്."

അരികിൽ കിടന്നിരുന്നയാൾ ബഹളം കേട്ടെഴുന്നേറ്റു. യാദൃച്ഛിക

മായി അയാൾ കണ്ണുകൾ തുറന്നത് അമൃതേശ്വരന്റെ മുഖത്തേക്കായിരുന്നു. ഇരുവരുമപ്പോൾ ഞെട്ടി. അയാൾ സത്രത്തിൽ അമൃതേശ്വരനൊപ്പം സഹശയനം നടത്തിയ യുവാവായിരുന്നു. മുത്തുമാരൻ അമൃതേശ്വരനോട് പറഞ്ഞു:

"നിന്റെ ചെയ്തികൾ അധികാരികളെ അറിയിച്ചിട്ടുതന്നെ കാര്യം. മോഷണത്തിന് ഇവിടുത്തെ ശിക്ഷയെന്താണെന്നറിയാമോ?"

അമൃതേശ്വരൻ ചിരിച്ചു. മാലിനി അയാളെ അവിശ്വസനീയതയോടെ നോക്കി.

"അറിയിക്ക്. ശിക്ഷിക്കപ്പെടുന്നത് നിങ്ങളുടെ മകനായിരിക്കും." അമൃതേശ്വരന്റെ മറുപടി.

"എന്റെ മകനോ!" മുത്തുമാരൻ അത്ഭുതപ്പെട്ടു.

"അതെ. രണ്ടു ദിവസം മുമ്പ് രാത്രി ഞങ്ങളൊരുമിച്ചാണ് സത്രത്തിൽ കഴിഞ്ഞത്. അന്ന് ഇവനെന്റെ മുതലുമായി കടന്നു കളഞ്ഞു. നിങ്ങളുടെ മകനൊരു മോഷ്ടാവാണ്. "

മുത്തുമാരനും മാലിനിയും അമ്മയും ഒരുമിച്ച് നടുങ്ങി. മുത്തുമാരന് കുറച്ചു സമയത്തേക്ക് ഒന്നും ശബ്ദിക്കാനേ കഴിഞ്ഞില്ല. അമ്മ മകനോട് തിരക്കി:

"എന്തൊക്കെയാണ് ഇയാൾ പറയുന്നത്. ഇത് സത്യമാണോ? "

യുവാവപ്പോൾ തന്റെ ദൃഷ്ടി മറ്റൊരിടത്തേക്ക് മാറ്റി. മുത്തുമാരൻ മകന്റെ നേർക്ക് ചെന്നു:

"പറയൂ ഇത് നേരാണോ?"

യുവാവപ്പോൾ ഒന്നും പറയാനാവാതെ തല കുനിച്ചു. അയാൾ മോഷ്ടാവാണെന്ന് സ്ഥിരീകരിക്കപ്പെട്ടു. മാലിനി വിതുമ്പലോടെ അവിടെ നിന്നും പിൻവാങ്ങി. പകച്ചു നില്ക്കുന്ന മൂന്നുപേരോടുമായി അമൃതേശ്വരൻ പറഞ്ഞു:

"ഞാൻ ശശാങ്കപുരത്തിന്റെ യുവരാജാവാണ്. മന്മഥത്തിലേക്കൊരു യാത്ര പോകുന്നു."

അത് കേട്ടപ്പോൾ മൂവരും സ്തബ്ധരായി. മുത്തുമാരൻ അമൃതേശ്വരന്റെ കാലുകളിൽ വീണു:

"ക്ഷമിക്കണം. ഞങ്ങളുടെ അറിവോടെയല്ല ഇവനിതൊന്നും ചെയ്യുന്നത്. ഇവൻ കച്ചവടംചെയ്ത് സമ്പാദിക്കുന്നു എന്നാണ് കരുതിയത്. ഇതുവരെ ഞാൻ അന്യായമായൊന്നും ചെയ്തിട്ടില്ല."

"ക്ഷമിക്കാം. ഇനിമേലിൽ മോഷ്ടിക്കുകയില്ലെന്ന് ഇയാൾ സത്യം ചെയ്യണം."

നിശ്ശബ്ദത.

അച്ഛനുമമ്മയും മകനെ നോക്കി. സന്ദർഭോചിതമായി അയാളുടെ മറുപടി:

"ചെയ്യാം."

****************************

കുതിര മലമ്പാതകളും വയലേലകളും പനന്തോപ്പുകളും പിന്നിലാക്കി മന്മഥത്തിലേക്ക് കുതിച്ചു. ആദ്യമായിട്ടായിരുന്നു അമൃതേശ്വരൻ മറ്റൊരാളുടെ പിന്നിലിരുന്ന് കുതിരസവാരി ചെയ്യുന്നത്. കുതിരയെ ഓടിക്കാൻ വിഷ്ണു അതിവിദഗ്ദ്ധനാണെന്ന് അമൃതേശ്വരന് മനസ്സിലായി. ആ കറുത്ത കുതിരയ്ക്ക് ഒറ്റനോട്ടത്തിൽ കാണുന്നതിനേക്കാൾ കരുത്തും, വേഗതയുമുണ്ടായിരുന്നു. കുറുക്കുവഴികളിലൂടെയായിരുന്നു അവരുടെ യാത്ര. രാവിലെ തുടങ്ങിയ യാത്ര വൈകുന്നേരത്തോടെ മന്മഥ കൊട്ടാരത്തിന്റെ പടിപ്പുരയിൽ അവസാനിച്ചു.

അമൃതേശ്വരനിറങ്ങി കാവല്ക്കാരുടെ അനുവാദം വാങ്ങി.

"നന്ദി നിനക്കും നിന്റെ കുതിരയ്ക്കും." അമൃതേശ്വരൻ വിഷ്ണുവിനോട് പറഞ്ഞു.

ഒരു ദിനംകൊണ്ട് തന്റെ ജീവിതം മാറ്റിമറിച്ച സുഹൃത്തിനോടയാളും പറഞ്ഞു.

"തിരിച്ചും നന്ദി. മറ്റൊരവസരത്തിൽ കാണാം."

വിഷ്ണു മടങ്ങി. തന്റെ ഗ്രാമത്തിലേക്ക്, പുതിയൊരു ജീവിതത്തിലേക്ക്. പ്രിയപ്പെട്ട കുതിരയുടെ പുറത്ത് ശരവേഗത്തിൽ കുതിക്കുമ്പോൾ അയാൾക്ക് ലോകത്തോട് അതിയായ സ്നേഹവും കുടുംബാംഗങ്ങളോട് ഉത്തരവാദിത്വബോധവും തോന്നി. ഇനിയൊരിക്കലും മോഷ്ടിക്കില്ല. രാജ്യദ്രോഹത്തിനുമില്ല. പ്രായശ്ചിത്തം ചെയ്യാൻ മുന്നിൽ ജീവിതമിതാ കടൽപോലെ പരന്നു കിടക്കുന്നു.

അമൃതേശ്വരൻ മന്മഥരാജധാനിയിലേക്ക് പ്രവേശിച്ചു. സഭയിൽ തന്നെ പരിചയപ്പെടുത്തി. ഉത്തരീയം നീക്കി മാറിലെ മുദ്ര രാജാവിന് പ്രദർശിപ്പിച്ചു. രാജാവെഴുന്നേറ്റ് ആതിഥ്യമേകി:

"ഉപവിഷ്ടനായാലും"

അമൃതേശ്വരൻ അതിഥികൾക്കായുള്ള ഇരിപ്പിടത്തിലേക്കിരുന്നു.

"ആഗമനോദ്ദേശം?" ഉപചാരമര്യാദകൾക്ക് ശേഷം രാജാവ് തിരക്കി.

"എനിക്കങ്ങയുടെ പിതാമഹനോട് സംവദിക്കണം. കാര്യം തീർത്തും വ്യക്തിപരം." ചുരുങ്ങിയ വാക്കുകളിൽ അമൃതേശ്വരൻ വിഷയമവതരിപ്പിച്ചു.

"അദ്ദേഹം ഇവിടെയില്ല. ഇന്ന് രജമല്ലിക്കാവിൽ ആറാട്ടാണ്. ഇവിടെ വിശ്രമിച്ച് നാളെ രജമല്ലിക്കാവിലേക്ക് പോയാലും. "

"നഷ്ടപ്പെടുത്താൻ എനിക്ക് സമയം വളരെ കുറവാണ്. ഇന്നുതന്നെ അദ്ദേഹത്തെ ദർശിക്കാൻ കഴിഞ്ഞാൽ അത്രയും നന്ന്."

അമൃതേശ്വരൻ സ്വാർത്ഥനായി.

## ഇരുപത്

**ര**ജമല്ലിക്കാവിൽ ആഘോഷത്തിമിർപ്പായിരുന്നു. മദ്ദളവും, വീണയും കൊണ്ടുള്ള വാദ്യം. അമൃതേശ്വരന് പരിചിതമല്ലാത്ത ചില

ഉപകരണങ്ങൾകൂടിയുണ്ടായിരുന്നു. ചുവട് വയ്ക്കുന്ന നൂറോളം നർത്തകർ. നാഗസ്വരക്കാരും, നിറതെയ്യക്കാരുമുണ്ട്.

അവരെ പ്രോത്സാഹിപ്പിക്കുന്ന ഒരു വൃദ്ധൻ – മന്മഥൻ. ഉയരം കുറവാണ്. സ്ത്രൈണപ്രകൃതി, വെളുത്ത തലമുടിയും മുഖരോമങ്ങളും. തടിച്ച പുരികങ്ങൾക്കുമുണ്ട് നര. വെള്ളാരങ്കണ്ണുകൾ, പ്രായത്തെ വെല്ലുന്ന പ്രസരിപ്പ്, തൂമന്ദഹാസം. ആ മുഖം മുമ്പെവിടെയൊക്കെയോ കണ്ടിരുന്നതുപോലെ തോന്നി. ഒരുപക്ഷേ, അത് അത്തരക്കാരുടെ പൊതുപ്രത്യേകതയായിരിക്കും.

ഇടയ്ക്ക് മന്മഥനും വേഷക്കാർക്കൊപ്പം ചേർന്ന് ചുറുചുറുക്കോടെ ഏതാനും ചുവടുകൾ വച്ചു. അദ്ദേഹം സരസനും ഇടപെടാൻ പ്രയാസമേതുമില്ലാത്ത ബഹിർമുഖവ്യക്തിയുമാണെന്ന് അമൃതേശ്വരൻ ഊഹിച്ചു. മന്മഥൻ നൃത്തത്തിൽനിന്ന് പിൻവാങ്ങി ഇരിപ്പിടത്തിലേക്കിരുന്നപ്പോൾ കൂട്ടുവന്ന ഭടൻ പരിചയപ്പെടുത്തി. നൃത്തവും, വാദ്യവുമപ്പോഴുമവസാനിച്ചിരുന്നില്ല. തീർത്തും പരിചിതനായ ഒരാളോടെന്നപോലെ മന്മഥൻ അമൃതേശ്വരനെ സ്വീകരിച്ച് സ്വന്തം ഇരിപ്പിടത്തിനരുകിലിരുത്തി. പ്രായാന്തരത്തിന്റെ അകൽച്ചയില്ല. വിഷയദാരിദ്ര്യമില്ല. തുല്യനിലയിൽ പെരുമാറ്റം അന്യോന്യം സ്വാഭാവികമാവുന്നത് എത്ര മനോഹരമാണ്. അദ്ദേഹം ആറാട്ടിന്റെ ഐതിഹ്യത്തെക്കുറിച്ച് ഒരു ലഘുവിവരണം തന്നു:

കിരാതരിൽ നാട് സ്വപ്നം കണ്ട് പുരോഗമിക്കപ്പെട്ട വിശാഖർ. വളരെ ചെറിയൊരു വിഭാഗം. അവർ ആരാധിച്ച് ചൈതന്യം നല്കിയ ദേവി. അവർ നാട്ടുവെളിച്ചം കണ്ടാൽ പരമ്പരാഗതമായ തങ്ങളുടെ അമൂല്യ ഔഷധങ്ങളും, ആയോധനവും ആധുനികർ സ്വന്തമാക്കുമെന്ന് കിരാതർ ഭയന്നു. ദേവിയാണവരുടെ ശക്തി.

ഒരു സന്ധ്യക്ക് ഒരു മുയൽ നടയിലേക്ക് ചാടിച്ചാടിവന്നു. പിന്നിൽ ഒരു മൃഗഭോജി. അത് മുയലിനെ ഹിംസിക്കാനൊരുങ്ങിയപ്പോൾ ദേവിരൂപം പൂണ്ട് പ്രത്യക്ഷയായി. തന്നെ ശരണം പ്രാപിച്ച മുയലിനെ കൊല്ലരുതെന്ന് ദേവി. ഇരയെ വിട്ടുതരണമെന്ന് വേട്ടക്കാരൻ.

“മുയലിനെ രക്ഷിക്കാതിരിക്കാനെനിക്കാവില്ല, പകരമെന്ത് വേണം” ദേവി ചോദിച്ചു.

“വിശപ്പടക്കാൻ രക്തം.”

ദേവി കോമ്പല്ലുകൊണ്ട് സ്വദേഹം മുറിപ്പെടുത്തി രക്തം നല്കി. പക്ഷേ, എത്ര പാനം ചെയ്തിട്ടും മൃഗഭോജിയുടെ വിശപ്പടങ്ങിയില്ല. മുയലിനോടെന്നപോലെ വേട്ടക്കാരനോടും വാക്ക് പാലിക്കണം. ദേവി അതിന് മൃഗഭോജിയുടെ മുന്നിൽ കിടന്നു:

“ഹൃദയം തുളച്ചു രക്തമെടുത്തുകൊള്ളാം.”

“എന്റെ പശിയടക്കാൻ നിന്നെ കൊണ്ടാവില്ല.” മൃഗഭോജി പറഞ്ഞു.

“ആരാണ് നീ?”

“കിരാതരുടെ മൂർത്തി, ഇപ്പോൾ നീയെനിക്കടിമ.”

“ഞാനെന്ത് വേണം.”

"വിശാഖരെ സഹായിക്കരുത്. അതിന് നീ ഉറങ്ങണം"

"ആവാം, പക്ഷേ, നീയെനിക്ക് വരം തരണം"

"എന്നെങ്കിലും നിന്റെ അനുയായികൾ ആനയെ ബലിനല്കി നിനക്ക് നൈവേദ്യമർപ്പിക്കുമ്പോൾ നീ സ്വതന്ത്രയാണ്. അതുവരെ ആയിരത്തൊന്ന് ദിവസം കൂടുമ്പോൾ മാത്രം നിനക്ക് ശക്തി കിട്ടും. അന്ന് നിന്റെ ഭക്തർ നിന്നെ സേവിക്കട്ടെ."

കിരാതരെന്നും കിരാതരായിത്തന്നെ നിന്നു. വിശാഖർ നാട്ടുമനുഷ്യരുമായി ഇണചേർന്നു. അവർ വളർന്നു. ആയിരത്തൊന്ന് ദിവസം കൂടുമ്പോൾ ആറാട്ടുദിനത്തിൽ ദേവി അനുഗ്രഹം ചൊരിയാനുണരുന്നു.

രാത്രിയാകാശത്ത് നിറക്കൂട്ടുകൾ ചാലിക്കുന്ന നാഴികകൾ നീളുന്ന ആഗ്നേയവിസ്മയത്തോടെയാണ് ഉത്സവം സമാപിച്ചത്.

ശബ്ദമുഖരിതമായ അന്തരീക്ഷത്തിനൊടുവിലുള്ള മൂകത വിരഹത്തെ അനുഭവിപ്പിച്ചു. ആളുകൾ പിരിഞ്ഞു. പതിവുപോലെ സംതൃപ്തിയോടൊപ്പം അവർക്ക് നിരാശയും ബാക്കി. ആഘോഷങ്ങൾ കഴിഞ്ഞുപോയല്ലോ, എന്നും ഉത്സവമായിരുന്നെങ്കിൽ! സാധാരണക്കാരുടെ ഉത്സവങ്ങളോടുള്ള അഭിനിവേശം ഒരിക്കലുമവസാനിക്കുന്നില്ല. അവർ വീണ്ടും തിടുക്കപ്പെട്ടുതുടങ്ങുന്നു. കാരണം രോഗവും ദാരിദ്ര്യവും വിരോധവും മറക്കുന്ന മംഗളകാലം അവർക്ക് ഉത്സവദിനം മാത്രമാണ്.

പതിവിൽനിന്ന് വ്യത്യസ്തമായി മന്മഥത്തിലെ മദ്യത്തിന് ലഹരിയും, മധുരസവും കൂടുതലായിരുന്നു. ഒന്നു കഴിഞ്ഞപ്പോൾ ഒഴിഞ്ഞുമാറിയിട്ടും മന്മഥൻ പുതിയൊരു മധുകുംഭം കൂടിയെടുത്തു. അതിഥി എന്ന ഔചിത്യം മറന്നുകളയുക. ഭാരമില്ലാതാവുക. അദ്ദേഹം സൂചിപ്പിച്ചു. എന്നാൽ മദ്യപിച്ച് നില മറക്കാതിരിക്കാൻ അമൃതേശ്വരനും ശ്രദ്ധിച്ചു.

രാത്രി ഏറെ വൈകിയിരുന്നു. ഇനി പ്രഭാതത്തിൽ സംസാരിക്കാമെന്ന് പറഞ്ഞ് ശുഭരാത്രി നേർന്ന് മന്മഥൻ പിരിഞ്ഞു. അതിഥിഗൃഹത്തിൽ അമൃതേശ്വരൻ തനിച്ചായി. ലഹരി കുറഞ്ഞുവരുന്തോറും മദ്യപിച്ചതിൽ കുറ്റബോധം തോന്നിത്തുടങ്ങി. ആനന്ദിക്കാൻ വന്നവനല്ല., തനിക്കൊരു ലക്ഷ്യമുണ്ട്.

വാതില്ക്കൽ ആളനക്കം കേട്ടു, നോക്കുമ്പോൾ സുന്ദരിയായൊരു ദാസി. അവൾ അകത്തുകടന്ന് വാതിൽ സ്വയം ബന്ധസ്ഥമാക്കി അരുകിലേക്ക് വന്നു.

രാജാക്കന്മാരുടെ ആതിഥ്യങ്ങളിൽ പ്രധാനങ്ങളാണ് മദ്യവും, പെണ്ണും. അതിപ്രമുഖരായ അതിഥികളെ സന്തോഷിപ്പിക്കാൻ കന്യകകളെ തന്നെ കാഴ്ചവയ്ക്കാറുണ്ട്.

എന്തെല്ലാം ശീലിക്കേണ്ടിയിരിക്കുന്നു!

ദാസി മന്ദഹസിച്ചു.

"വെളിച്ചമണയ്ക്കണോ?" അവൾ ശബ്ദമൊതുക്കി ചോദിച്ചു.

അവളുടെ ശൃംഗാരങ്ങൾക്കനുഗണമായി നാസികയിലും,

പൊക്കിൾച്ചുഴിയിലും അവളണിഞ്ഞ ഒരേ രൂപത്തിലുള്ള കളഭാഭരണത്തിന്റെ പച്ചക്കല്ലുകൾ തിളങ്ങി.

കാമം എന്ന വികാരം തന്നിൽ നിന്ന് പിൻവലിഞ്ഞിട്ട് നാളുകളെത്രയോ കഴിഞ്ഞെന്ന് അമൃതേശ്വരനോർത്തു. തനിക്കിപ്പോഴുണരാനാവില്ല, ഇവളെ തൃപ്തിപ്പെടുത്താനുമാവില്ല.

അവൾ കിടക്കയിൽ വന്നിരുന്ന് പരിചിതമായ തഴക്കത്തോടെ ഉടയാടകളൂരാൻ തുടങ്ങുമ്പോൾ പരുഷമായി പറയേണ്ടിവന്നു:

"ഞാൻ ക്രീഢ മോഹിക്കുന്നില്ല. നിനക്ക് മടങ്ങാം."

ദാസിയുടെ ചുണ്ടിലെ ചിരിമാഞ്ഞു.അവളുടെ ജീവിതത്തിലെ ആദ്യത്തെ അനുഭവമായിരിക്കാം അത്. അവൾ മറ്റൊന്നും ഉരിയാടാതെ മടങ്ങി. അപ്പോൾ അവളുടെ ചലനങ്ങൾക്ക് പോലും അപമാനിക്കപ്പെട്ടതിന്റെ കുണ്ഠിതമുണ്ടായിരുന്നു. സ്ത്രീയുടെ അപമാനങ്ങളിൽവച്ച് പ്രധാനപ്പെട്ടതാണ് വികാരവതിയായി സ്വയം സമർപ്പിക്കാൻ വന്ന ഒരുവളെ തിരസ്കരിക്കൽ. മറ്റൊന്ന് അവളുടെ വിസർജ്ജ്യം കമിതാവ് കാണാനിടവരുക. സന്ദർഭവശാൽ അവമതിക്കപ്പെടുന്നതിന്റെ തോത് വളരെ ഉയർന്നുപോകുന്നു.

പ്രഭാതം.

മന്മഥൻ അമൃതേശ്വരന്റെ മന്ദിരത്തിലേക്ക് വന്നു. അപ്പോൾ അദ്ദേഹം അർദ്ധമകുടം ചൂടിയിരുന്നു (തലേന്ന് കിരീടം വെച്ചിരുന്നില്ല). ആ മുഖം അപ്പോൾ കൂടുതൽ തേജസ്വമായി. അദ്ദേഹം അമൃതേശ്വരനെ ആശ്ലേഷിച്ചു:

"ആരോ ഒരാൾ കാതങ്ങൾക്കകലെ നിന്ന് എന്നെ ധ്യാനിക്കുന്നുണ്ടെന്ന് തോന്നിയിരുന്നു. പക്ഷേ, ഞാൻ ഗണിച്ചതിലും കുറച്ചു വൈകി കുമാരനെത്താൻ. പറയൂ, താങ്കൾക്കെന്താണ് വേണ്ടത്? വേദം, മൈത്രി, ആയുധവിദ്യ...?"

അമൃതേശ്വരൻ നിഷേധത്തിൽ തലയാട്ടി.

മന്മഥൻ ആശ്ചര്യപ്പെട്ടു:

"പിന്നെ!"

"വിചിത്രമായൊരു സമസ്യയുടെ പൂരണം!"

## ഇരുപത്തിയൊന്ന്

**ത്രി**കോണാകൃതിയിലുള്ള ഗോപുരം കാടും കടലും മാമലകളും ഒരുപോലെ കാണാനാകുംവിധം നിർമ്മിച്ചതായിരുന്നു. ശില്പിയും നിർമ്മാതാവും ഏകാന്തത മോഹിക്കുന്നവരായിരിക്കണം. ഗോപുരത്തിന്റെ ഘടന ഇച്ഛാഭംഗമേറ്റ മനസ്സിന്റെ പരിഛേദംപോലെയായിരുന്നു. ഗോപുരത്തിന്റെ വലുപ്പത്തിന് ഇണങ്ങാത്തവിധം ഇടുങ്ങിയ കവാടം. അടയ്ക്കാനും, തുറക്കാനും പാളികളില്ലാത്ത ചില്ലിട്ട ജനാലകൾ. കണ്ണെത്താത്ത ഇരുട്ടുപിടിച്ച ഉത്തരങ്ങൾ. സ്ഥൂലപ്രാകാരങ്ങൾ. ഗോപുര

ത്തിന്റെ ഒരു കോണിൽനിന്ന് മറ്റൊരു കോണിലേക്ക് ദൃശ്യവിധാനങ്ങളുമുണ്ടായിരുന്നില്ല.

കടൽ പ്രക്ഷുബ്ധമായിരുന്നു. വൻതിരമാലകളുയർന്ന് പ്രളയത്തിനെന്നോണം ഏകതാനമായി പിൻവാങ്ങി. ഗ്രീഷ്മമാണെങ്കിലും ഗോപുരത്തിൽനിന്ന് നോക്കുമ്പോൾ ദൂരെ മാമലകളിൽ കനത്ത മഞ്ഞോ, വർഷപാതമോ ഉണ്ടെന്ന് തോന്നും.

മൻമഥൻ കടലിന്റെ അനന്തതയിലേക്ക് ദൃഷ്ടിപഥങ്ങളൂന്നി നിശ്ശബ്ദനായി നില്ക്കുകയായിരുന്നു. അദ്ദേഹം പിന്നിട്ട ജീവിതത്തിലെ കാറും, കോളും, ചുഴലികളും നിറഞ്ഞ പരീക്ഷണകാലഘട്ടത്തെ ഓർത്തെടുക്കുകയാണ്.

തന്റെ ഭാവിഗതിവിഗതികളെ സാധൂകരിക്കേണ്ട അമൃതംപോലുള്ള അനുഭവത്തിന്റെ വാങ്മയങ്ങൾക്ക് അമൃതേശ്വരൻ കാതുകൾ കൂർപ്പിച്ച് കാത്തിരുന്നു.

മന്മഥൻ: "ഞാൻ ജനിച്ചപ്പോൾ പ്രശസ്തയായൊരു വിദുഷി പറഞ്ഞത്രെ: നീചരാശിയാണ്. ഇവൻ ജനനിയെ പ്രാപിക്കും!

പിതാവിനെന്നെ ഭയമായി. കൊട്ടാരത്തിൽ നിന്നകലെ മാതൃസാമീപ്യമില്ലാത്ത ഒരിടത്തേക്ക് എന്നെ മാറ്റിപ്പാർപ്പിച്ചു. യജമാനനെപ്പോലെ വല്ലപ്പോഴും അദ്ദേഹമെന്നെ കാണാൻ വരും. അമ്മ വളരെ ദൂരെനിന്ന് എന്നെ നോക്കികണ്ടിരുന്നത്രെ! മാതാപിതാക്കളുണ്ടായിട്ടും രാജകുമാരനെന്ന പരിഗണനയില്ലാതെ ഞാൻ വളർന്നു. പക്ഷേ, അനാഥത്വമനുഭവിച്ചില്ല. എനിക്ക് വളർത്തമ്മയും വളർത്തച്ഛനുമുണ്ടായിരുന്നു. രക്തബന്ധത്തേക്കാൾ കർമ്മംകൊണ്ടും ഒരാൾക്ക് അച്ഛനോ അമ്മയോ ആകാമെന്ന് പ്രവൃത്തികൊണ്ടവർ പഠിപ്പിച്ചു. അവർ തെരുവുഗായകരായിരുന്നു. രാജാവ് സമ്പത്തുകൊണ്ട് മൂടാമെന്ന് പറഞ്ഞിട്ടും അച്ഛനമ്മമാർ കുലത്തൊഴിൽ വിട്ടില്ല. അവരുടേത് അപേക്ഷയായിരുന്നു. കാരണം സംഗീതം അവർക്ക് സ്വാതന്ത്ര്യമായിരുന്നു. അവരെന്നെയും സംഗീതമഭ്യസിപ്പിച്ചു. ആദ്യമൊക്കെ തെരുവിലേക്കെന്നെയും മാതാപിതാക്കൾ കൊണ്ടുപോയിരുന്നു. അത് നിറക്കൂട്ടുകളുടെ ലോകമായിരുന്നു. എനിക്കാൾക്കൂട്ടത്തെ വളരെയിഷ്ടമായിരുന്നു. ഒരു ഘട്ടത്തിൽ എന്നെ പങ്കെടുപ്പിക്കുന്നത് അവർ നിർത്തി. കൊട്ടാരത്തിൽനിന്ന് വിലക്കുണ്ടായിരിക്കണം.

സാധാരണക്കാരുടെ മകനായിട്ടും എനിക്ക് വരേണ്യവിദ്യാഭ്യാസവും, ആയുധാഭ്യാസവും ലഭിക്കുന്നത് കണ്ട് ചുറ്റുപാടുള്ളവർ അത്ഭുതം കൂറി. എന്നെ പരിഹസിക്കുന്നവരും, എന്റെ കുടുംബത്തെ ഭേദ്യം ചെയ്യുന്നവരും ക്രൂരമായി ശിക്ഷിക്കപ്പെടുന്നുണ്ടെന്ന് മുതിർന്നപ്പോൾ ഞാൻ തിരിച്ചറിഞ്ഞു. എനിക്ക് വിദ്യ തരുന്ന ഗുരുക്കന്മാരും, സ്വായത്തമാക്കപ്പെടുന്ന ആയുധമുറകളും ഞാനർഹിക്കുന്നതല്ല. എന്റെ മാതാപിതാക്കൾ സമ്പന്നരോ, ഉന്നതകുലജാതരോ അല്ല! എന്നിട്ടും?

ആദ്യമൊക്കെ ഹരമായി തോന്നിയിരുന്ന ചോദ്യം കുറേക്കൂടി വലു

തായപ്പോൾ എന്നെ അലട്ടി. അതസ്വസ്ഥതയായി. ഒടുവിൽ ഗത്യന്തരമില്ലാതായപ്പോൾ എന്റെ നിർബ്ബന്ധത്തിന് വഴങ്ങി ഒരു ഘട്ടത്തിൽ യാഥാർത്ഥ്യം മാതാപിതാക്കൾക്ക് തുറന്നു പറയേണ്ടിവന്നു. എന്നോടുള്ള സ്നേഹം തന്നെയാണവരെയതിന് പ്രേരിപ്പിച്ചത്.

ഞാൻ രാജകുമാരനാണ്!

അവിശ്വസനീയത.

എന്തിനെന്നെ ഇവിടെ വളർത്തുന്നു?

ഇന്ന് വളരെ ബാലിശമായി തോന്നുന്ന ഉത്തരം : ഞാൻ രാജാവിന്റെ രഹസ്യസന്താനമാണ്. മാത്രമല്ല ഈ വിവരം രാജാവറിഞ്ഞാൽ എന്റെ മാതാപിതാക്കളുടെ തലപോകും.

അതെന്നെ ജാഗ്രതനാക്കി. വാസ്തവത്തിൽ എനിക്ക് രാജകൊട്ടാരത്തിൽ സുഖവസിക്കാനുള്ള മോഹമല്ല ഉളവായത്. എന്റെ അച്ഛനമ്മമാരുടെ ചെറിയ ലോകത്തേക്ക് പൂർണ്ണമായി ഒതുങ്ങാനുള്ള അവകാശമായിരുന്നു അപ്പോഴത്തെ എന്റെ വികാരം – അതാണെന്റെ സംതൃപ്തി.

പ്രാപ്തി തികയാത്ത മനസ്സിന് മഹാരഹസ്യത്തിന്റെ ചുമട് പ്രതികൂലമായി ബാധിക്കും. നൈസർഗ്ഗികതയെ അത് കെടുത്തിക്കളയുന്നു. അതായിരിക്കാം പിന്നീട് ഒരു രാജാവിന് യോജിക്കാത്ത ഒരു വൈകല്യത്തിന്റെ ഉടമയായി എന്നെ തീർത്തത്. അതിൽനിന്ന് വളരെ പ്രയാസപ്പെട്ടാണ് കരകയറിയത്. ആ ബലഹീനത ഞാനതിജീവിച്ചത് കമ്പപ്പോൽ ഗ്രന്ഥത്തിലൂടെയാണ്.

എന്റെ ഇരുപതാമത്തെ വയസ്സിൽ രാജ്യത്ത് ഒരു കലാപമുണ്ടായി. പിതാവും സഹോദരങ്ങളും വധിക്കപ്പെട്ടു. മാതാവ് കഷ്ടിച്ച് രക്ഷപ്പെട്ടു. കലാപമടങ്ങിയപ്പോൾ കൊട്ടാരത്തിൽനിന്ന് എന്നെ കൊണ്ടുപോകാൻ ആളുകൾ വന്നു. ബാല്യകൗമാരങ്ങൾക്ക് ശേഷം ഞാൻ കൊട്ടാരം കണ്ടു. അത്ഭുതകരമായ ലോകം! പക്ഷേ, പൊരുത്തപ്പെടാൻ ബുദ്ധിമുട്ട്.

അവരെന്നെ അവകാശിയായി വാഴിച്ചു. കമ്പപ്പോൽ സ്പർശിപ്പിച്ചു. ആസന്നമായ മാതൃപത്നീയോഗത്തെക്കുറിച്ച് പ്രബോധനം നടത്തി. പ്രേതാവാഹനം ചെയ്യിച്ചു. കൊട്ടും കുരവയുമുള്ള വിശേഷപ്പെട്ട ഒരു രാത്രിയിൽ വാജീകരണം തന്ന് എന്നെ കാമാന്ധനുമാക്കി."

"ഇതൊരു ദുരാചാരമല്ലേ? ഗ്രന്ഥത്തിൽ ആരുടെയോ വിക്രിയ!" അർത്ഥവത്തായ ഒരു മൗനത്തിനിടയിൽ അമൃതേശ്വരൻ ചോദിച്ചു.

"പ്രക്ഷിപ്തമെന്ന് ഞാനും കരുതിയിരുന്നു. പക്ഷേ, ഇതിൽ അതികഠിനമായൊരു ഗണിതമുണ്ട്. ഒരു വ്യക്തിയുടെ അന്തഃസംഘർഷത്തേക്കാൾ ഗ്രന്ഥം വിലകല്പിക്കുന്നത് വംശത്തിന്റെ ഉന്നമനവും കെട്ടുറപ്പും തന്നെ. അതുകൊണ്ട് വ്യക്തി എന്ന നിലയിൽ ഏവരും ഒറ്റയും നിസ്സഹായരുമാണ്.

ഞാൻ രാജാവായി ഏതാനും നാൾ കഴിഞ്ഞപ്പോൾ എന്റെ മാതാപിതാക്കൾ തീപ്പെട്ട് മരിച്ചു. ഞാനവരെ കൊട്ടാരത്തിലേക്ക് ക്ഷണിച്ചിരു

ന്നു. അവർ വന്നില്ല. കുറേക്കാലം പിന്നിട്ടപ്പോഴാണ് സ്വയംഗ്രാഹ്യമായത്: അത് കൊലപാതകമായിരുന്നു!

വിദുഷിയുടെ പ്രവചനത്തെകുറിച്ച് ഒരിക്കൽ രാജപുരോഹിതനാണെന്നോട് പറഞ്ഞത്. എനിക്ക് കാര്യങ്ങളെല്ലാം വ്യക്തമായി. ഞാൻ കുതുകിയായി. എങ്ങിനെയാണവരത് ഗണിച്ചത് ! എന്താണതിന്റെ ശാസ്ത്രം? ആ വിദ്യ എന്തുകൊണ്ട് വശമാക്കികൂടാ? രാജ്യത്തെ പുരോഗതിയിലേക്ക് നയിക്കാനും അതുപയോഗപ്പെടുത്താമല്ലോ, പ്രത്യേകിച്ച് ഞാനൊരു ഭരണാധികാരികൂടിയായതിനാൽ.

ഞാനവരെ തേടിച്ചെന്നു. അവർ ദരിദ്രയും, വൃദ്ധയുമായി കഴിഞ്ഞിരുന്നു. ഒരു മകനുണ്ട്, മന്ദബുദ്ധിയായൊരുത്തൻ. അവർ പ്രത്യേകതരക്കാരിയായിരുന്നു. ചോദിക്കുന്ന ചോദ്യങ്ങൾക്കല്ല മറുപടികിട്ടുക. അതുതന്നെ മുറിച്ച് മുറിച്ച്.. വാർദ്ധക്യസഹജമായ അസുഖമാവാം.

ലക്ഷണം, നിമിത്തം, സമയം, ഗ്രഹസാന്നിദ്ധ്യങ്ങൾ എന്നീ ചിരന്തന സത്യങ്ങളായ അറിവുകളോടൊപ്പം അതിഭാവുകത്വമരുതാത്ത – വിടവുകൾ പൂരിപ്പിക്കാൻ കഴിയുന്ന ഭാവനയും, ദൈവീകതയുടെ പൂർണ്ണത കൂടിയാകുമ്പോൾ ജ്യോതിഷം എന്ന ശാസ്ത്രം പിറക്കുന്നു. ഭൂതങ്ങളുടെ അനുപാതങ്ങളിൽ ഏറ്റക്കുറച്ചിലുകൾ സംഭവിക്കാം. അതുകൊണ്ട് ഒരു ജ്യോതിഷിക്കും മുഴുവൻ പ്രവചനവും കൃത്യമാക്കാൻ കഴിയില്ല. ഒരു യോദ്ധാവിന് എല്ലാ യുദ്ധവും ജയിക്കാൻ കഴിയാത്തപോലെ, ഭിഷഗ്വരന് എല്ലാ ദീനവും ഭേദമാക്കാൻ സാധിക്കാത്തപോലെ – മാനുഷിക പരിമിതി.

അന്ന് പ്രാഥമികമായ ചില ലക്ഷണശാസ്ത്രം ഞാൻ ഗ്രഹിച്ചു. അസാധാരണമായൊന്നുമില്ല. താങ്കളുടെ അനുഭവങ്ങളിലും, നിഗമനങ്ങളിലും നൈരന്തര്യമെത്രത്തോളമുണ്ടെന്ന് പരിശോധിക്കാൻ ചിലത് ഉദ്ധരിക്കുന്നു:

"ഒരുവന്റെ ദുഷ്ടതയുടെ തോത് അവന്റെ കൃഷ്ണമണികൾ നോക്കിയാലറിയാം. നിഷ്കളങ്കത കൺവെള്ളകളിൽനിന്നും.

ആയുർദൈർഘ്യം അവനവന്റെ ലംബമായ ഹസ്തരേഖകളിൽ നിന്ന് മനസ്സിലാക്കാം. പക്ഷേ, അപകടമരണങ്ങൾ അതിനപവാദമാണ്. മരണവിവരം മുൻകൂട്ടി കൂജനംകൊണ്ട് വെളിപ്പെടുത്തുന്ന പക്ഷികളുണ്ട്. മനുഷ്യനേക്കാൾ പ്രകൃതിയുടെ ഭാഷ മനസ്സിലാകുക പക്ഷികൾക്കും, മൃഗങ്ങൾക്കുമാണ്.

വിറയ്ക്കുന്ന ദേഹമുള്ളയാളിനും, പല നാമങ്ങളിൽ അറിയപ്പെടുന്നവനും നേതാവാകാൻ കഴിയില്ല.

മുടിയുടെ മുൻവശത്ത് ചുഴിപ്പുള്ള ഒരാൾ അന്തർമുഖനായിത്തീരും. ഉഗ്രമായ ജീവതപഥങ്ങളായിരിക്കും അയാൾക്ക് നേരിടാനുണ്ടാവുക.

ഒരു സ്ത്രീക്ക് വ്യത്യസ്ത മണ്ഡലങ്ങളിലുള്ള രണ്ടു പുരുഷന്മാരുണ്ടാകണം. എങ്കിലവൾ എന്നും യുവതിയായിരിക്കും. സൗന്ദര്യവതിയും, സംതൃപ്തയുമാകും.

ആരാധകർ കൂടുന്തോറും ഒരു വ്യക്തിക്ക് സൗന്ദര്യവും, വ്യക്തിത്വവും വർദ്ധിക്കും.

മുപ്പത് വയസ്സിനുശേഷം വിക്ക് വരുമ്പോൾ ഉറപ്പിക്കാം വരാൻപോകുന്നു ഒരു മഹാഭാഗ്യം.

മുപ്പത് വയസ്സിന് മുമ്പ് മറവി അനുഭവപ്പെടാൻ തുടങ്ങുന്നത് ശിരോലിഖിതത്തിന്റെ ഓർമ്മപ്പെടുത്തലാണ്. ആൾ സ്വന്തം കർമ്മവീഥിയിലൂടെയല്ല സഞ്ചരിക്കുന്നത്, കർമ്മപഥം മാറ്റപ്പെടുത്തുക.

നാല്പത് വയസ്സിന് മുമ്പുള്ള രതിവിരക്തി ആദ്ധ്യാത്മികത നിയോഗമാവുമ്പോഴാണ്.

അപൂർവ്വമായി ചിരിക്കുന്നവർ, കുശലം ചോദിക്കാൻ കഴിയാത്തവർ, കുഞ്ഞുങ്ങളെ ലാളിക്കാൻ അറിയാത്തവർ മഹാപ്രതിഭാശാലികളായിരിക്കും.

ഒരു കുഞ്ഞിന് പ്രകൃതിയുടെ അദൃശ്യരക്ഷാകവചമുണ്ട്. വളരുന്തോറും അതടർന്നുപോകുന്നു. പിന്നീട് മദ്ധ്യവയസ്സിൽനിന്ന് വാർദ്ധക്യത്തിലേക്കടുക്കുന്തോറും അത് പിന്നെയും നിരതമാകുന്നു.

വളർത്തുമൃഗങ്ങളുടെ അസ്വസ്ഥത യജമാനന്റെ ആപത്തിനെ സൂചിപ്പിക്കുന്നു. പെടുമരണത്തിന് മുമ്പ് നിമിത്തങ്ങളുണ്ടാകും. അപാരമായ മനഃശാന്തി, പ്രകൃതിയോട് സ്നേഹം; മൃഗങ്ങളിൽ പശുക്കളോട് പ്രത്യേകിച്ച്, ശത്രുക്കളോടുള്ള വൈരാഗ്യമലിയും, ഭക്ഷണത്തിന് രുചി വർദ്ധിക്കും, നിദ്ര ഇടമുറിഞ്ഞിരിക്കും, നിർഭയത്വം.”

അവരെന്നിൽ ഗണിച്ച മാതൃനിയോഗത്തെക്കുറിച്ചുള്ള താത്ത്വികത എന്തെന്ന് കിണഞ്ഞ് ശ്രമിച്ചിട്ടും അറിയാൻ കഴിഞ്ഞില്ല. മുമ്പ് സൂചിപ്പിച്ചല്ലോ അവർ ചോദ്യങ്ങൾക്കല്ല...... ഞാനാവർത്തിച്ചപ്പോൾ എന്റെ കൈരേഖകൾ നോക്കി മറ്റൊരു പ്രവചനം നടത്തുകയാണവർ ചെയ്തത്.

എനിക്ക് ഒന്നേകാൽ നൂറ്റാണ്ടിന്റെ ആയുസ്സുണ്ട്. പക്ഷേ, കേമദ്രുമയോഗമുണ്ട്!

എന്നുവച്ചാൽ?

ദരിദ്രനാകാനും, പട്ടിണികിടക്കാനുമുള്ള യോഗം!

ഞാനമ്പരന്നു.

‘ജ്യോതിഷം അർദ്ധസത്യമാണ്. കുറെക്കാലമായി ഇവരുടെ പ്രവചനങ്ങളൊന്നും ശരിയാകാറുമില്ല.’ പുരോഹിതൻ എന്നെ ആശ്വസിപ്പിച്ചു.

അതിനുശേഷം ഒരർദ്ധവർഷം പിന്നിട്ടപ്പോൾ വീണ്ടും കലാപം പൊട്ടിപ്പുറപ്പെട്ടു. ഭരണം നഷ്ടമായി. ഞങ്ങൾ കൂടാരങ്ങളിലും ഗുഹകളിലുമൊളിച്ചു. പിന്നെ പന്ത്രണ്ടുവർഷം കഴിഞ്ഞാണ് അധികാരം ഞങ്ങൾക്ക് തിരികെ കിട്ടിയത്. അപ്പോഴേക്കും രാജ്ഞി രോഗിയായിക്കഴിഞ്ഞിരുന്നു.

ആ അജ്ഞാതവാസത്തിനിടയിലാണ് ഞാൻ പദ്യഭാഷ വശമാക്കിയതും, കമ്പപ്പോൽ ഗ്രന്ഥം പഠിച്ചതും. ആദ്യം ഗ്രന്ഥമെന്നെ സംഭീതനാക്കി. അതിശയിപ്പിച്ചു. പിന്നെ വിധേയനാക്കി. ഗ്രന്ഥത്തിന്റെ സംഗ്രഹം

മുഴുവൻ എളുപ്പത്തിലാർക്കും കരസ്ഥമാക്കാൻ കഴിയില്ല. ഒന്നുറപ്പാണ്, ഗ്രന്ഥത്തിനൊരു ആസുരഭാവമുണ്ട്. അത് അജ്ഞാതമായ വഴിത്താരകളിലേക്ക് അനുവാചകനെ നയിക്കുന്നു; പരിരക്ഷയുടെ സുരക്ഷിതത്വത്താടെ.

പടർന്നുപന്തലിച്ച ഒരു വടവൃക്ഷംപോലെയാണ് വൈശാഖിവംശം. അതിന്റെ തായ്‌വേരുകളാഴ്ന്ന തണ്ണീർത്തടമാണ് കമ്പപ്പോൽ. ഗ്രന്ഥത്തിന്റെ വ്യാഖ്യാതാവിന് രാജാവിനോളം പ്രാധാന്യമുണ്ട്. അയാളുടെ അറിവിന്റെ നിയന്ത്രണത്തിലാണ് രാജാവുപോലും വർത്തിക്കുന്നത്.

കുമാരനറിയുമോ, നമ്മുടെ വംശത്തിൽ പെൺകുഞ്ഞിനെ മാത്രമേ അമ്മമാർ മുലയൂട്ടാറുള്ളൂ. ആൺകുട്ടിക്ക് ആദ്യമായി വായിലിറ്റിക്കുക ചടകപ്പക്ഷിയുടെ നെയ്യും, കുതിരയുടെ രേതസ്സും ചേർന്ന ഔഷധമാണ്. അതവനിൽ വീര്യം വളർത്തുന്നു. എന്തും വെട്ടിപ്പിടിക്കാനുള്ള വാസന ചെലുത്തുന്നു. ആൺകുഞ്ഞ് മിക്കവാറും പിതാവിന്റെ മാത്രം സന്തതിയായിരിക്കും.

നിത്യയൗവനം നേടാൻ രാജാവും, രാജ്ഞിയും കായകല്പൗഷധങ്ങൾ സേവിക്കുന്നു. ബഹുഭാര്യാത്വമാവാം. ബഹുഭർത്തൃത്വം നിഷിദ്ധം. ജാരകേളിക്ക് ഗളഛേദമാണ് സ്ത്രീക്കുള്ള ശിക്ഷ. സത്യത്തിൽ സ്ത്രീപുരുഷ ജൈവരീതിപ്രകാരം ബഹുഭാര്യാത്വമല്ല, ബഹുഭർത്തൃത്വമാണ് പ്രകൃതി സംജാതമാക്കിയിട്ടുള്ളത്. എന്നാൽ മതഗ്രന്ഥങ്ങളുടെ വ്യാഖ്യാനങ്ങളെവിടെയും വിപരീതമാണ്.

ഭർത്തൃമരണാനന്തരം രജോഗുണമുള്ള രാജവിധവകൾക്ക് പുനർവിവാഹിതരായേ പറ്റൂ. അവർക്കൊരിക്കലും ശമനം സാദ്ധ്യമല്ല. അവരെ വിവാഹം ചെയ്യുന്നയാൾ രാജാവ്. അവിടെ തത്ത്വം ലോപിച്ച് ഇരുതല മൂർച്ചയുള്ള വാളാവുന്നു. അല്ലാത്തപക്ഷം വിധവ ചണ്ഡാളന്മാർക്കുള്ള ഗണികയാവുകയോ, ആത്മഹത്യ ചെയ്യുകയോ വേണം.

വൈശാഖിവംശത്തിന്റെ മുഴുവൻ ആരാധനയും കമ്പപ്പോൽ ഗ്രന്ഥത്തോടാണ്. കാലാന്തരത്തിൽ ആരാധന നിർജ്ജീവമായതിനെപ്പോലും ജീവസ്സുറ്റതാക്കുന്നു. മനസ്സിന്റെ കാന്തികശോഭയുടെ പ്രതിപ്രവർത്തനമാണത്. തീവ്രമായ പ്രാർത്ഥനകൾ ഫലിക്കുന്നതും അതുകൊണ്ടാണ്."

മന്മഥൻ വാത്സല്യത്തോടെ അമൃതേശ്വരന്റെ മുടിയിഴകളിൽ തലോടി:

"ഉണ്ണീ, നീയൊരു ദശാസന്ധിയിലാണ്. അതിൻപ്രകാരം ശശാങ്കപുരത്തിന്റെ ഗുണകാംഷി എന്ന നിലയിൽ എന്റെ അഭിപ്രായത്തിന്റെ രത്നച്ചുരുക്കം ഇത്രമാത്രം: മുന്നോട്ട് നടക്കുക. ഗ്രന്ഥശാസനം മാനിക്കുക. അതു തന്നെയാണഭികാമ്യം..."

ഗോപുരത്തിന്റെ അകത്തുനിന്ന് പകൽഭേദങ്ങളറിയാൻ ബുദ്ധിമുട്ടായിരുന്നു. അസംഖ്യം ചന്ദ്രക്കലകൾപോലെ വിഹായസ്സിൽ പരക്കുന്നത് ചക്രവാകപക്ഷികളായിരിക്കണം.

കടൽ ശാന്തമായിരുന്നു.

# ഇരുപത്തിരണ്ട്

സഭയിൽ അമൃതേശ്വരന് രാജഗുരുവിന്റെ അഭിസംബോധന:

“കാലുഷ്യഹേതുവായ സ്തോഭങ്ങളകറ്റി തെളിഞ്ഞ വാനംപോലെ, നിർമ്മലഹൃദയനായി കൃതവും, പൊരുളും തിരിച്ചറിഞ്ഞ് ശശാങ്കപുരത്തിന്റെ രാജകുമാരനിതാ തിരിച്ചെത്തിയിരിക്കുന്നു. മംഗളം.”

യാത്ര വിജയമായിരുന്നു.

ചഞ്ചലപ്പെട്ട് നില്ക്കുന്ന മനസ്സാണ് ഒരുവന്റെ ഏറ്റവും വലിയ ബലഹീനത. യുദ്ധത്തിലുമതെ, ജീവിതത്തിലുമതെ. യുദ്ധത്തിൽ വീണ്ടുവിചാരത്തിനുള്ള പഴുതുകളില്ല. ജീവിതത്തിൽ തെരഞ്ഞെടുപ്പ് ദുഷ്കരമാകുമ്പോൾ വിവേകിക്ക് അനുഭവസ്ഥന്റെ – ഗുരുവിന്റെ സഹായം തേടാനുള്ള അവസരമുണ്ട്.

ചിലരുടെ വാക്കുകൾക്ക് ചില സന്ദർഭങ്ങളിൽ നാം പോലുമറിയാതെ നമ്മുടെ വീക്ഷണത്തെ മാറ്റിമറിക്കാനുള്ള വൈഭവമുണ്ട്. പണ്ഡിതന്റെ വാക്കുകൾക്ക് കരാളന്റെ ആയുധത്തേക്കാൾ ശക്തി.

സംവത്സരങ്ങളുടെ ഭരണപരിചയവും, അനുഭവസമ്പത്തും സർവ്വോപരി വ്യുൽപത്തിയുമുള്ള വന്ദ്യവയോധികനാണ് തന്റെ തീരാസന്ദേഹത്തിന് തീർപ്പുകല്പിച്ചത്. അതിനപ്പുറത്തേക്ക് വിചിന്തനം നടത്തേണ്ട ആവശ്യമില്ലാ എന്നുറപ്പിച്ചെങ്കിലും ഉള്ളിലിപ്പോഴും ധൃതിയും പരിഭ്രമവുമുണ്ട്. മന്മഥൻ തന്ന ഉപദേശത്തിന്റെ പ്രഭ മങ്ങുംമുമ്പ് അനിവാര്യമായ നിയോഗത്തെ മറികടക്കണം.

രാജഗുരുവിനോട് അമൃതേശ്വരന്റെ പ്രതിവചനം:

“അങ്ങയുടെ ഉപദേശത്തിനായി ഈയുള്ളവനിതാ കാത്തുനില്ക്കുന്നു.”

സദസ്സ് പൂർണ്ണനിശ്ശബ്ദതയിലാണ്ടു.

“അഞ്ചാംനാൾ രാജാഭിഷേകം. നാളത്തെ രാവിൽ അമൃതേശ്വരന്റെയും സീമന്തിനിയുടെയും ശാന്തിമുഹൂർത്തം. വിധാനങ്ങളൊരുങ്ങട്ടെ, സർവ്വാലംകൃതമാകട്ടെ എങ്ങെങ്ങും. ഒരു പുതിയ പർവ്വത്തിന്റെ ആരംഭം.”

നിയുക്തരാജൻ ശിരസ്സ് നമിച്ചു.

രാജാഭിഷേകം മഹാഘോഷമാണ്. അതിന് മുന്നോടിയായി രാജ്യം അണിഞ്ഞൊരുങ്ങണം. പ്രധാനയിടങ്ങളിലെല്ലാം ദ്രുതനിർവ്വാഹകർ പൂക്കൾകൊണ്ടും കിങ്ങിണികൾകൊണ്ടും തോരണങ്ങൾകൊണ്ടും അലങ്കരിച്ചു. നടപ്പുരകളും, ചതുശ്ശാലകളുമുയർന്നു തുടങ്ങി. കോവിലൊരുങ്ങി, ഊട്ടുപുരകളൊരുങ്ങി, നെറ്റിപ്പട്ടം കെട്ടിയ ഗജവീരന്മാരും, അമ്പാരിയും, സുകുമാരകലാകാരന്മാരുമൊരുങ്ങുന്നു. ബന്ധുരാജ്യങ്ങളെ ക്ഷണമറിയിക്കാൻ അസംഖ്യം ദൂതന്മാരെ ഒരുമിച്ചയച്ചു. സാന്നിദ്ധ്യമറിയിക്കാൻ രാജാക്കന്മാർ മത്സരിക്കും. കാരണം ധനംകൊണ്ടും സൈന്യംകൊണ്ടും സ്വാധീനംകൊണ്ടും ഉന്നതസ്ഥാനമാണ് ശശാങ്കപുരത്തിന്. മന്മഥം

പോലും എത്രയോ കീഴെ. സ്വന്തം പ്രൗഢിക്കനുസരിച്ച് അത്രമാത്രം കെങ്കേമമാക്കണമായിരുന്നു ആഘോഷം. രാജഗുരുവും മന്ത്രിമാരും ഒരുക്കങ്ങളിൽ വ്യാപൃതരായി.

അശാന്തമായ ഒരുപാട് നാളത്തെ അലച്ചിലിന്റെ ക്ഷീണമുണ്ടായിരുന്നു അമൃതേശ്വരന്. വിശ്രമം അത്യാവശ്യമാണെന്ന് പ്രധാനസചിവനും സൂചിപ്പിച്ചു. ശയനമുറിയിലേക്കൊതുങ്ങിയത് അതുകൊണ്ടാണ്.

ജീവിതം പുതിയൊരു പന്ഥാവിലേക്ക് വഴിമാറുന്നു.

ഏതുതരത്തിലുള്ള രാജാവായിരിക്കണം ഞാൻ?

പിതാവിനോട് പ്രജകൾക്ക് ഭയം കലർന്ന ബഹുമാനമായിരുന്നു. അദ്ദേഹത്തെ അഭിമുഖീകരിക്കാനോ, വിമർശിക്കാനോ ജനങ്ങൾക്ക് ധൈര്യമില്ലായിരുന്നു. തീർച്ചയായും അത് തനിക്കിണങ്ങിയ ശൈലിയല്ല. മൻമഥന്റെ രീതി മറ്റൊന്നായിരുന്നു. അദ്ദേഹം ജനങ്ങൾക്കിടയിലെ ഒരാളായിരുന്നു. ആർക്കും ഏതുസമയത്തും ഇടനിലക്കാരില്ലാതെ വന്ന് മുഖംകാണിക്കാം. സിംഹാസനമൊഴിഞ്ഞ് വർഷങ്ങൾ കഴിഞ്ഞിട്ടും ഇന്നും ജനങ്ങൾക്കിടയിൽ സ്വീകാര്യതയും, സ്വാധീനവും അദ്ദേഹത്തിനുണ്ട്. ഭരണശൈലി രൂപപ്പെടുന്നത് വ്യക്തിനിഷ്ഠതയിൽ നിന്നാണ്. പാരമ്പര്യവും, സംവിധാനങ്ങളും അതിൽ പങ്കുവഹിക്കുന്നുണ്ടാവാം. പൂർവ്വസൂരികളെ പഠിക്കാം, നന്മകൾ ഉൾക്കൊള്ളാം. പക്ഷേ, അനുകരിക്കേണ്ട.

ശശാങ്കപുരത്തെ ജനങ്ങൾ സമഗ്രമായി ആഗ്രഹിക്കുന്ന വസ്തുതകൾ എന്തൊക്കെയാണ്?

അവരെ അലട്ടുന്ന കാലിക പ്രശ്നങ്ങൾ ഏതൊക്കെ?

ധനികർ വീണ്ടും ധനികരും, ദരിദ്രർ പരമദരിദ്രരും ആകുന്നതെന്തുകൊണ്ട്? ഭരണചക്രത്തിലതിൽ പങ്കില്ലേ? അപ്പോൾ മാറ്റപ്പെടുത്തേണ്ടതെവിടെ നിന്ന്! സ്ത്രീകൾ, കുട്ടികൾ, രോഗികൾ ഇവരുടെ ഉന്നമനത്തിനായി പ്രത്യേകം ശ്രദ്ധിക്കേണ്ടതല്ലേ? ധനികനും, ദരിദ്രനും ഒരേ ചുങ്കം ചുമത്തുന്നത് ശരിയാണോ? കഠിനശിക്ഷാനടപടികൾ ഏർപ്പെടുത്തുന്നതിനേക്കാൾ ഫലപ്രദം ബോധവല്ക്കരണമല്ലേ? യുദ്ധഭയമില്ലാത്ത അവസ്ഥയല്ലേ ജനതയുടെ യഥാർത്ഥ സൗഭാഗ്യം.

രാജാവ് മാത്രം ആഗ്രഹിച്ചാൽ ഇക്കണ്ടതെല്ലാം മാറ്റപ്പെടുത്താൻ കഴിയുമോ?

ഉപഭരണാധികാരികളുടെ സഹകരണവും വേണം. എത്രപേർ തന്റെ ചിന്തകളോട് യോജിക്കുന്നവരുണ്ടാകും. എത്രപേരെ പറഞ്ഞ് മാറ്റപ്പെടുത്താം. നിസ്സഹകരിക്കുന്നവരെ മാറ്റി പ്രതിഷ്ഠിക്കുമ്പോഴോ, നിഷ്കാസനം ചെയ്യുമ്പോഴോ എന്തെല്ലാം പ്രത്യാഘാതങ്ങളുണ്ടാകാം. അത് മുമ്പേ ഗ്രഹിക്കാൻ കഴിയണം. ഇളക്കപ്പെടുന്ന വിഗ്രഹങ്ങൾക്ക് നാശം വിതയ്ക്കാനുള്ള അപാരകരുത്തുണ്ട്. സൂക്ഷിക്കണം.

നാളെ ആർജ്ജിച്ചതെല്ലാം ഒന്നുകൂടി മനനം ചെയ്യാം. ക്രമേണ കാവ്യഭാഷ പഠിക്കണം. പിന്നീട് ജീവിതസായാഹ്നത്തിലെപ്പോഴെങ്കിലും വരുംതലമുറയ്ക്ക് പ്രയോജനപ്രദമാകുംവിധത്തിൽ ഒരു ഗ്രന്ഥം രചി

ക്കണം. നിഗൂഢമായ മോഹമാണത്. അതൊരിക്കലും സാമ്പ്രദായികമായിരിക്കില്ല. മന്മഥന് അനുഭവമുണ്ട്. ജ്ഞാനമുണ്ട്, സവിശേഷതയുണ്ട്. പക്ഷേ, രചിക്കാനുള്ള പ്രതിഭാവിലാസമില്ല. ഉണ്ടെങ്കിൽ അദ്ദേഹം അനശ്വരനായി തീരുമായിരുന്നു. എന്തുകൊണ്ടാണെന്നറിയില്ല തനിക്കതിന് കഴിയും എന്നൊരു വിശ്വാസം രൂപപ്പെട്ടുകഴിഞ്ഞു. ഗ്രന്ഥത്തിന്റെ ശീർഷകംപോലും മനസ്സിലിപ്പോഴേയുണ്ട്. അപൂർണ്ണമാണെങ്കിലും അതിലെ ചില വരികൾ തിടംവെച്ചു കഴിഞ്ഞു.

സംക്ഷിപ്തം ഇതല്ലേ: താൻ കാംക്ഷിച്ചിരുന്നത് അധികാരമല്ല, കലയായിരുന്നു.

നിദ്ര പുല്കുകയാണ്. ആരോ വെളിച്ചത്തിലേക്ക് ഇരുട്ടിന്റെ മാമലകളെ വലിച്ചെറിയുകയാണ്; അസംതൃപ്തന്റെ ചൊരുക്കുപോലെ.

## ഇരുപത്തിമൂന്ന്

**വ**ർദ്ധമാനകത്തിൽ നർത്തകിമാർ മണ്ഡപത്തിലേക്ക് പ്രവേശിച്ചു.

ദേവദാസികൾ തന്നെയാണ് നൃത്തനൃത്യങ്ങളിൽ എക്കാലവും ചതുരർ. ലാസ്യം രക്തഗുണമായവർ. ഏറ്റവും മികച്ച പ്രതിഭയ്ക്ക് സ്വർണ്ണനിഷ്കങ്ങൾ സമ്മാനമുണ്ട്. അവൾ പിന്നീട് കൊട്ടാരം നർത്തകീപദത്തിലേക്ക് പരിഗണിക്കപ്പെടുന്നു. രാജ്ഞി രജസ്വലയായിരിക്കുമ്പോൾ രാജാവിനെ ശുശ്രൂഷിക്കേണ്ടതും അവൾതന്നെ. അവൾക്ക് വിവാഹിതയാവാനോ, സന്താനലബ്ധിക്കോ അവകാശമില്ല. സൗന്ദര്യം ക്ഷയിക്കുമ്പോൾ പദവിയിൽനിന്ന് മാറ്റപ്പെടുമെങ്കിലും പ്രത്യേകഗൃഹവും സാമ്പത്തിക സുരക്ഷിതത്വവും എക്കാലവുമുണ്ടാകും. രാജാവിനും, മന്ത്രിമാർക്കും പെൺകുട്ടികളുണ്ടെങ്കിൽ അവരെ നൃത്തം പഠിപ്പിക്കൽ, കൗമാരം കഴിഞ്ഞ ആൺമക്കൾക്ക് സുരതസുഖം നല്കൽ (സ്വയംപാപത്തിലടിമപ്പെട്ട് ഓജസ്സും, ഏകാഗ്രതയും നശിപ്പിച്ച് ഹീനരാകാതിരിക്കാൻ) എന്നിവയും വിരമിച്ചതിന് ശേഷമുള്ള അവരുടെ കർത്തവ്യങ്ങളിൽപ്പെടും. എക്കാലത്തെയും ജിവിതസുസ്ഥിരത, അതാണ് നർത്തകീപദത്തിലേക്ക് മത്സരിക്കാൻ സുന്ദരിമാരെ പ്രേരിപ്പിക്കുന്നത്. കാലങ്ങളായ തപസാധനയാണതിന് പിന്നിൽ.

നൃത്തം ആരംഭിച്ചതിന് ശേഷമാണ് അമൃതേശ്വരൻ വേദിയിലേക്ക് പ്രവേശിച്ചത്. ചമയങ്ങളും, ഭൂഷണങ്ങളും അത്രമാത്രമുണ്ടായിരുന്നു. രാജഗുരുവിന്റെയും പ്രധാനസചിവന്റെയും മദ്ധ്യത്തിലാണ് അമൃതേശ്വരനിരുന്നത്. അവർ മൂവരും ഒരേ നിമിഷത്തിൽ നടനത്തിൻ കാഴ്ചക്കാരായി. ഏതാനും സമയം നൃത്തം ആസ്വദിച്ച് കഴിഞ്ഞപ്പോൾ തന്നെ രാജഗുരു വിലയിരുത്തി: സ്വർണ്ണത്തിന്റെ നിറമുള്ളവൾ, ശുക്ലാംബരമണിഞ്ഞവൾ–സുലക്ഷണ; അവളാണ് നിപുണ. പ്രധാനസചിവനും അതിനോട് യോജിച്ചു. എന്നാൽ അമൃതേശ്വരന്റെ അഭിപ്രായം മറ്റൊന്നായിരുന്നു. സുലക്ഷണ ഏറ്റവും സൗന്ദര്യവതിയാണ്. അത് സമ്മതിക്കാം. പക്ഷേ,

അംഗചലനങ്ങൾകൊണ്ട് കവിത വിരിയിക്കുന്നത് മറ്റൊരാളാണ്. മൂന്നിൽ രണ്ടുപേരും ഒന്നിൽ യോജിക്കുമ്പോൾ തന്റെ നിശ്ചയം മറ്റൊന്ന്! അമൃതേശ്വരനത് പറഞ്ഞില്ല. ഉള്ളിൽ കുറിച്ചിട്ടു. നൃത്തം, വൃത്തം, ശബ്ദം, ഗീതം, ചിത്രം തുടങ്ങിയ വിഷയങ്ങളിൽ കോവിദരായ, നിരീക്ഷിക്കാൻ ചുമതലപ്പെട്ട പ്രാശ്നികരുടെ വിധി എന്തായിരിക്കും?

വശ്യ മനോഹരവേഷങ്ങളോടെ, സർവ്വാഭരണവിഭൂഷിതയായി രാജ്ഞി മണ്ഡപത്തിലേക്ക് കടന്നുവന്നപ്പോൾ നൃത്തത്തിൽ മുഴുകിയിരുന്ന പ്രേക്ഷകരുടെ ശ്രദ്ധ രാജ്ഞിയിലേക്ക് തിരിഞ്ഞു. അവരെത്തുംമുമ്പേ വിശിഷ്ടമായൊരു സൗരഭ്യം എങ്ങും പരന്നിരുന്നു. സദസ്സിൽനിന്ന് പിറുപിറുപ്പുയരുന്നു: രാജ്ഞി സീമന്തിനി.

ഒരപ്സരസ്സിനെപ്പോലെ പ്രഭാവതിയാക്കാൻ ദാസിമാർ നടത്തിയ പ്രയത്നം രാജ്ഞിയുടെ മേനിയിൽ പ്രകടമായിരുന്നു. കനകനൂലുകൾ ഇഴചേർത്ത പട്ടിന്റെ പുടവകൾ, മുടിക്കെട്ടിലെ ചമല്ക്കാരം വെളിപ്പെടുത്തുന്ന സുതാര്യമായ ശിരോകവചം, രണ്ടംഗുലം വീതിയുള്ള ചിത്രപ്പണികൾ ചെയ്ത പൊൻവളകൾ, കാതുകളിൽ വൈഡൂര്യത്തിന്റെ ചന്ദ്രക്കല ലോലാക്ക്, പവിഴമുത്തുമാലകൾ, വിരലുകളിൽ നക്ഷത്രമോതിരങ്ങൾ. ഇടുങ്ങിയ അരക്കെട്ടിൽ പരമാവധി പതിഞ്ഞിരിക്കുന്ന പത്മരാഗക്കല്ലുകൾ പതിച്ച ഒഡ്യാണം.

സ്ത്രീശരീരത്തിന്റെ നേർപ്പും, പെരുപ്പും ആകർഷകമായൊരുക്കുന്നതിലാണ് അലങ്കാരകരുടെ മിടുക്ക്. അസുഭഗമായ ദേഹാംഗങ്ങൾ വടിവൊത്തതാക്കാൻ ഗോപ്യദ്രവ്യങ്ങൾ അവർ പ്രയോഗിക്കുന്നു. മസൃണത ലഭിക്കാൻ തിലജങ്ങളും, കുഴിഞ്ഞ കവിളുകൾ നികത്താൻ കൃത്രിമ ദന്തങ്ങളും, നിതംബത്തിന്റെയും, സ്തനങ്ങളുടെയും പുഷ്ടി വർദ്ധിപ്പിക്കാൻ തുകലുകളും പഞ്ഞികളും, ഒതുക്കാൻ ചർമ്മവർണ്ണത്തിലുള്ള കടിതടങ്ങളും ഉപയോഗപ്പെടുത്തുന്നു. ചലനങ്ങൾക്കും ഭാഷണത്തിനും വരെ പ്രത്യേക മുറകളുണ്ട്. ദേവദാസികളാണ് അതും പരിശീലിപ്പിക്കുക.

രാജ്ഞിയുടെ സീമന്തരേഖയിൽ ചാർത്തിയിരിക്കുന്നു ചെങ്കുങ്കുമം. അമൃതേശ്വരന്റെ മനോഗതം വായിച്ചെന്നോണമപ്പോൾ രാജഗുരു പറഞ്ഞു:

“രാജ്ഞി വിധിവൈജാത്യംകൊണ്ട് വൈധവ്യം അതിജീവിച്ചവൾ. ഇനിയൊരു വൈവാഹികച്ചടങ്ങ് ആവശ്യമില്ല.”

പരിവേഷങ്ങൾക്ക് നടുവിൽ രാജ്ഞിയുടെ മുഖഭാവം എന്താണെന്ന് വിവേചിച്ചെടുക്കാനാവാത്ത വിധം ദുരൂഹമായിരുന്നു. അമൃതേശ്വരനോർത്തു: ഒരുപക്ഷേ, ഇതും തന്റെ വീക്ഷണത്തിന്റെ വ്യതിരിക്തതയായിരിക്കുമോ?

ദൂരദേശത്തുനിന്നെത്തുന്ന അതിപ്രമുഖരായ ക്ഷണിതാക്കൾക്കുള്ള അതിഥിഗൃഹങ്ങളിലെ ഒരുക്കങ്ങൾ പൂർത്തിയായോ എന്നറിയാൻ രാജഗുരുവും പ്രധാനസചിവനും എഴുന്നേറ്റു. എന്തോ എല്ലാ തിരക്കുകളിൽനിന്നുമകന്ന് സ്വകാര്യനായിരിക്കാൻ അമൃതേശ്വരന് മോഹം തോന്നി. മുമ്പും അങ്ങനെ അനുഭവപ്പെട്ടിട്ടുണ്ട്. ആഘോഷങ്ങൾക്ക് നടുവിൽ

അതൊന്നും ആസ്വദിക്കാനാകാതെ ഹൃദയം മ്ലാനമാകുന്നു. കടൽത്തീരത്ത് സ്ഥാപിച്ച മന്മഥന്റെ ത്രികോണഗോപുരത്തെ കുറിച്ചപ്പോൾ ഓർമ്മ വന്നു.

******************************

നിലവറയിൽ മൺവിളക്കുകൾ തെളിഞ്ഞു. ഭിഷഗ്വരൻ രഹസ്യാത്മകതയുടെ ഇരുണ്ട മൂലയിൽനിന്ന് ഔഷധം പുറത്തെടുത്തു.

“ആചാരപ്രകാരം കുമാരനിന്ന് ഈ ദിവ്യൗഷധം സേവിക്കണം.” രാജഗുരു അമൃതേശ്വരനോട് പറഞ്ഞു.

വൈദ്യൻ അമൃതേശ്വരന്റെ കൈകളിലേക്ക് അല്പം പകർന്നു. കൊഴുത്ത ദ്രാവകരൂപത്തിലുള്ള ഔഷധത്തിന് അരണ്ട വെളിച്ചത്തിലും തിളങ്ങുന്ന കടുംപച്ചനിറമായിരുന്നു. തണുപ്പും, ചവർപ്പും ഒരുപോലെ. പിന്നെ ബാലാരിഷ്ടതകളിലെന്നോ കഴിച്ചു മറന്ന അശ്വഗന്ധചൂർണ്ണത്തിന്റെ ക്ഷാരഗുണവും തോന്നി. അമൃതേശ്വരൻ ഔഷധം സേവിച്ചു കഴിഞ്ഞപ്പോൾ രാജഗുരുവും, വൈദ്യനും അർത്ഥഗർഭമായി അയാളെ ചുഴിഞ്ഞു നിന്നു.

എന്താണ് സംഭവിക്കുന്നത്?

പുകഞ്ഞു നീറുന്ന എന്തോ ഒന്ന് ധമനികളിലൂടെ അരിച്ചരിച്ച് കയറുന്നു. അത് അഗ്നിയെ ജ്വലിപ്പിക്കുന്നു. കുറെ മുമ്പ് അഗമ്യലയഭീതിയിലെപ്പോഴോ സ്വാഭാവികമായി പിൻവലിഞ്ഞിരുന്ന വിഷയാനുരക്തി പൂർവ്വാധികം തീക്ഷ്ണതയോടെ തിടംവയ്ക്കുന്നു. ആസക്തി ഒരു വിറയലായി ശരീരമെങ്ങും പടരുന്നു. കാഴ്ചകൾക്ക് പീതവർണ്ണം.

വിഭ്രാന്തമായ മനസ്സിന്റെ കാമനകൾ: കേശഭാരംകൊണ്ട് നഗ്നത മറച്ച സുന്ദരി ലാസ്യഭാവത്തോടെ സ്വാഗതമരുളുന്നു: ‘വന്നാലും’. ആ മുഖം ആദ്യസമാഗമം സമ്മാനിച്ച ദേവദാസിയുടെ... അതോ...സീമന്തിനിയോ!

മറ്റൊരു ലോകത്തുനിന്നെന്നപോലെ രാജുഗുരുവിന്റെ സ്വരം:

“ഈ രാവുമുഴുവൻ ആഘോഷിക്കാനുള്ളതാണ്. സീമന്തിനി രാജ്ഞിയുടെ മണിയറയിലേക്ക് ചെല്ലൂ.”

കല്പനകളും വ്യാഖ്യാനങ്ങളും ഉപദേശങ്ങളും അഭ്യർത്ഥനകളും സമ്മിശ്രമായി അമൃതേശ്വരന് ചുറ്റും അശരീരിപോലെ മുഴങ്ങി. മൈഥുനത്തിന് വേണ്ടിയുള്ള ധാതുവിന്റെ അതിചോദന ശരീരത്തിൽ തിങ്ങി. അതിദ്രുതം പിടയ്ക്കുന്നു ഹൃദയം. സ്വനപഥങ്ങൾ വരളുന്നു. അധരങ്ങളുടെ ശോണിമയ്ക്ക് മാത്രമേ അതിനെ ശമിപ്പിക്കാൻ കഴിയൂ.

വിമതസ്വരം:

“നിങ്ങൾ എത്ര കൃത്യതയോടും, ശ്രദ്ധയോടും പണി തീർത്ത ശില്പമോ, മണിസൗധമോ ആകട്ടെ നശീകരണത്തിനുള്ള പഴുതുകൾ അത് സ്വയം ആവാഹിച്ചിട്ടുണ്ടാകും. ആസൂത്രിതമായ കുറ്റകൃത്യത്തിലും വെളിച്ചത്തിലേക്കുള്ള തുമ്പുകൾ ഒരുക്കപ്പെടുന്നു. അതുപോലെ നിലനില്പി

നപ്പുറം നിന്റെ ശരീരത്തിനും, നിന്റെ ജീവിതത്തിനും ഞാൻ തരുന്ന ശാപമാണ് സുഹൃത്തെ കാമം." വിമതന്റെ വെല്ലുവിളി:

"ജയിക്കാൻ കെല്പുണ്ടോ എന്ന് പരിശ്രമിച്ച് നോക്ക്." പൊട്ടിച്ചിരി.

നിലവറയും ഗോവണിയും കഴിഞ്ഞ് അമൃതേശ്വരൻ മണിയറയ്ക്ക് മുന്നിലെത്തിയിരുന്നു. ദാസിമാർ മംഗളചിഹ്നം കൊത്തിയ മുഖപ്പുകൾ തുറന്ന് അവിടെനിന്നൊഴിഞ്ഞു. അമൃതേശ്വരൻ മണിയറയിലേക്ക് കടന്നു. വാതിലുകൾ അടഞ്ഞു. അരിമുല്ലപ്പൂക്കൾകൊണ്ടലങ്കരിച്ച കിടക്ക. വിശിഷ്ടഫലങ്ങളും, മധുവും നിറച്ച തളികകൾ. ഹൃദ്യമായ പരിമളം. ജാലകത്തിനരുകിൽ അവരുണ്ട്. ഒരിക്കൽ തന്റെ അമ്മയായിരുന്നവർ, ഇനി പത്നിയാകുന്നവൾ!

അമ്മ, അച്ഛൻ, സീമന്തിനി, സുബലൻ, രാജഗുരു, കമ്പപ്പോൽ, മന്മഥൻ....ജീവിതമെന്ന ചതുരംഗപ്പലകയിലെ കരുക്കൾ മാറിമറിയുകയാണ്. ചൂതുകൾ നീക്കി വെട്ടി മുന്നേറുന്ന വിമതന്റെ നികൃഷ്ടമായ ചിരി പിന്നെയും ഉയരുന്നു.

എവിടെ നിന്നോ അശരണനായ ഒരു പിഞ്ചുകുഞ്ഞിന്റെ കരച്ചിലും കേട്ടു തുടങ്ങുന്നു. ആദിയായ ശബ്ദം. അമ്മയുടെ മുലസ്പർശത്തിനായി മിഴിയാത്ത കണ്ണുകളുമായി കുഞ്ഞിക്കൈകൊണ്ട് പരതുന്ന കുഞ്ഞിന്റെ കരച്ചിലിൽ വിമതന്റെ ചിരി ദമനം ചെയ്തുപോകുന്നു.

ദൈവാംശം വേർപെടാത്ത ശിശുവിന്റെ കരച്ചിൽ! അത് വർദ്ധിക്കുന്നു; ക്രമാതീതമാകുന്നു. അതൊരസ്വസ്ഥതയാകുന്നു, അതൊരു വേദനയാകുന്നു, അത് ഗീതമാകുന്നു. വെള്ളിടിയുടെ പ്രഭാമയം: അതൊരു ശക്തിയാകുന്നു! അത് ജ്ഞാനമാകുന്നു!!

സുഷുപ്തമായ രാത്രിയന്തരീക്ഷത്തിൽ വലിയൊരു മുഴക്കം തീർത്തുകൊണ്ട് സ്വസ്തികകൾ കൊത്തിയ മണിയറയുടെ വാതിലുകൾ തകർന്നു വീണു! ശബ്ദം കേട്ട് തളത്തിലേക്കോടിയെത്തിയ തോഴിമാർ യുവരാജാവിനെ നേരിടാനാവാതെ ഭയന്നു നിന്നു. അത്രയ്ക്ക് കഠോരമായിരുന്നു ആ മുഖം.

അമൃതേശ്വരൻ നിലവറയിലേക്കിരമ്പി. അയാൾ നിലവറയുടെ താഴുകൾ തകർത്ത് അകത്തു കടന്നു. ചെരാത് വെട്ടമണഞ്ഞിട്ടില്ല. അമൃതേശ്വരൻ പട്ടിൽ പൊതിഞ്ഞ കുലഗ്രന്ഥത്തിനരുകിലേക്ക് ചെന്നു. എന്തോ ചെയ്യാനായും നേരം പിന്നിൽ നിഴൽ ചലിച്ചു. രാജഗുരുവും രണ്ടു ഭടന്മാരും. സകല ചോദ്യശരങ്ങളും രണ്ടു വാക്കുകളിലൊതുക്കി രാജഗുരു ചോദിച്ചു:

"എന്തുപറ്റി?"

"ഞാൻ കമ്പപ്പോൽ കത്തിച്ചാമ്പലാക്കാൻ പോകുന്നു." അതു പറഞ്ഞ് തീർന്നതും അമൃതേശ്വരൻ ഗ്രന്ഥം എടുത്തുയർത്തി തലതല്ലി താഴേക്കെറിഞ്ഞു. നിലവറയിൽ നിന്നപ്പോൾ നരിച്ചീറുകൾ പറന്നു.

സ്തബ്ധനായ രാജഗുരുവിന്റെ ശാസന:

"അരുത്"

അമൃതേശ്വരൻ ഗ്രന്ഥത്തിലേക്ക് എറിയാൻ അരുകിലെരിയുന്ന ചെരാത് അടർത്തിയെടുക്കുമ്പോൾ രാജഗുരു കടന്നുപിടിച്ചു:

"എന്ത് ഭ്രാന്താണീ കാണിക്കുന്നത്."

രാജഗുരു അമൃതേശ്വരന് മുന്നിൽ ഒരു സാധാരണ മനുഷ്യനായി താഴ്ന്നിരുന്നു. അമൃതേശ്വരന്റെ തള്ളലിൽ രാജഗുരു നിലതെറ്റി താഴേക്ക് മലർന്നടിച്ചു വീണു. രാജഗുരു ഭടന്മാരോട്:

"കുമാരനെ തടയൂ."

ഭടന്മാർ മുന്നോട്ട് ചാടി പ്രതിബന്ധമായി. അമൃതേശ്വരൻ ചുമരിൽ അലങ്കാരമായി പതിച്ചുവച്ചിരുന്ന ചോരപ്രളയം കണ്ട പിതാമഹന്റെ ഉട വാൾ വലിച്ചൂരി. ആവശ്യകതയാണ് അഭ്യാസിയുടെ ആയുധപാടവത്തെ പുറം ചാടിക്കുക. ഒരേ വാൾചലനത്തിൽ രണ്ടു ഭടന്മാരും ഒരുമിച്ച് വീണ് പിടഞ്ഞു.

ചോര നനഞ്ഞ വാളുമായി മുന്നോട്ടുവരുന്ന അമൃതേശ്വരനെ കണ്ട് രാജഗുരു പുറത്തേക്കോടി. തന്നെ വധിക്കാനും കുമാരൻ മടിക്കില്ലായെന്ന് രാജഗുരുവിന് തോന്നി. അമൃതേശ്വരൻ ചെരാതടർത്തി കമ്പപ്പോൽ ഗ്രന്ഥ ത്തിലേക്കിട്ടു. മോക്ഷത്തിന്റെ തീജ്ജ്വാലകൾ രൂപമെടുക്കുമ്പോൾ പുറ ത്തുനിന്ന് രാജഗുരുവിന്റെ അലർച്ച കേൾക്കാം:

"കുമാരന് ഭ്രാന്താണ്. പിടിച്ചുകെട്ട്."

പിന്നിൽ പടയാളികളുടെ പടഹം.

രാജഗുരു കത്തിക്കൊണ്ടിരിക്കുന്ന കുലഗ്രന്ഥത്തെ സ്വന്തം യോഗ വേഷ്ടികൊണ്ട് തല്ലിക്കെടുത്താൻ ശ്രമിച്ചു. പക്ഷേ, വസ്ത്രത്തിലേക്കും അതിൽനിന്ന് ഉടലിലേക്കും ജ്വാലകൾ പടർന്നു. നിഷ്ഫലമായ തന്റെ ശ്രമങ്ങൾക്കിടയിൽ നിസ്സഹായനായി ജീവിതത്തിലാദ്യമായി രാജഗുരു പകച്ചു. ഒരു ഭടൻ വെള്ളവുമായപ്പോൾ അകത്തേക്കോടിയെത്തി.

തളത്തിലും, ഇടനാഴിയിലും പോർനിലത്തെന്നപോലെ ശവങ്ങളാ യിരുന്നു. മടുത്തു എന്ന് തോന്നിയ നിമിഷത്തിൽ അമൃതേശ്വരൻ മുന്നിലെ പടയിലേക്ക് വാൾ ചുഴറ്റിയെറിഞ്ഞു. വീരഖഡ്ഗത്തെ ഗളം കൊണ്ടേ റ്റുവാങ്ങി ഒരു ഭടൻകൂടി താഴേക്ക് ചെരിഞ്ഞു, നിരായുധനായ അമൃതേ ശ്വരനെ ഭടന്മാർ പൊതിഞ്ഞു. അന്തഃപുരത്തിൽ നിന്ന് സ്ത്രീകളുടെയും കുട്ടികളുടെയും നിലവിളി. അസമയത്ത് ശബ്ദകോലാഹലങ്ങൾ കേട്ടു ണർന്ന അതിഥികളുടെ ഉദ്വേഗം.

ബന്ധനസ്ഥനായി പടയാളികളുടെ മദ്ധ്യത്തിൽ നില്ക്കുന്ന അമൃ തേശ്വരനരികിൽ രാജഗുരുവും പ്രധാനസചിവനുമെത്തി. രാജഗുരു മുര ണ്ടു:

"മാപ്പർഹിക്കാത്ത ഘോരമായ പാതകം"

'ത്ഫൂ.' രാജഗുരുവിന്റെ മുഖത്തേക്ക് അമൃതേശ്വരൻ കാർക്കിച്ചു തുപ്പി. ഉച്ഛിഷ്ടം തന്റെ ദേഹത്തിലെ തീരാകളങ്കമായി രാജഗുരുവിന് തോന്നി. അപമാനവും, നിന്ദയും. അതിനേക്കാളേറെ തകർന്നടിഞ്ഞ ചില്ലു മേടകൾപോലെ ഒരിക്കലും തിരിച്ചെടുക്കാനാവാത്ത വിധം കാര്യങ്ങൾ

തകിടം മറിഞ്ഞതിലുള്ള പരാജിതവ്യസനവും ഇരുട്ടുപോലെ അദ്ദേഹത്തെ മൂടി. എല്ലാ ഉത്തരവാദിത്വവും തനിക്കാണ്. എവിടെയാണ് പിഴച്ചത്? ഇനി...!

പ്രധാനസചിവന്റെ ആജ്ഞ.

ഭടന്മാർ അമൃതേശ്വരനെ കാരാഗാരത്തിലേക്ക് നടത്തി.

## ഇരുപത്തിനാല്

**അ**ഴികൾക്ക് പുറത്തെ ഏതോ ഒരു ബിന്ദുവിലേക്ക് ഇമചിമ്മാതെ നോക്കിയിരിക്കുകയായിരുന്നു അമൃതേശ്വരൻ. അഭൗമമായൊരൂർജ്ജ പ്രവാഹത്തിൽ തലേന്ന് രാത്രിയിൽ ചെയ്ത പ്രവൃത്തികൾ പുനർദൃശ്യങ്ങളായി തെളിയുകയാണ്. കുറ്റബോധമോ, പശ്ചാത്താപമോ ഇല്ല. ചെയ്തത് അപരാധമേ അല്ല.

ഇതിന് മുമ്പും ഉല്പതിഷ്ണുക്കൾ വൈശാഖിവംശത്തിൽ ജനിച്ചു മരിച്ചിട്ടുണ്ടാകും. അവരുടെ സിരകളിൽ ഊറിക്കിടന്നിരുന്ന അവിശ്വാസത്തിന്റെയും, നിർവ്വേദത്തിന്റെയും, പ്രകടിപ്പിക്കാനാകാതെ പോയ ധീരതയുടെയും, നിശ്ചയമായും ജ്ഞാനത്തിന്റെയും ജൈവജ്വരം സർഗ്ഗം സ്വാംശീകരിച്ച് പോഷിച്ച് പാരമ്പര്യത്തിലൂടെ ഗതിതേടി സഞ്ചരിച്ചു. ഇപ്പോഴിതാ തന്റെ രക്തത്തിൽ!

തലമുറകളുടെ യജ്ഞം; ഇനിയും തുടരേണ്ട യത്നം. സാകല്യത്തിന് ഇനിയെത്ര മനുഷ്യായുസ്സുകൾ!?

ജൻമാന്തരങ്ങൾ തന്നിലേല്പിച്ച വിശുദ്ധമായ ദൗത്യത്തെക്കുറിച്ച് അവബോധം വന്നപ്പോൾ ആത്മഹർഷമിരമ്പി. ദിഗന്തം കേൾക്കുമാറ് ഒന്നാർത്ത് വിളിക്കാൻ തോന്നി: വിപ്ലവത്തിന്റെ കാഹളം. ഗമനങ്ങളെ സ്വയമടക്കി, ആവാഹിച്ചു.

അമൃതേശ്വരന്റെ ചുമലിൽ ഒരുകൈ തൊട്ടു. കാളിയൻ. അയാളുടെ മുഖത്ത് കാര്യകാരണങ്ങളറിയാനുള്ള ആകാംക്ഷയും, സുഹൃത് ഭാവവും. അമൃതേശ്വരന്റെ മനോഗതങ്ങൾ പിന്നെ വാക്കുകളായി:

“ദുരാചാരങ്ങളും, വ്യവസ്ഥിതിയും മാറണം. അതിന് ഞാനെന്നെ തന്നെ ബലി നല്കുവാൻ പോകുന്നു. ഇതൊരു തുടക്കമൊണ്. അഗ്നികുണ്ഡത്തിലേക്കുള്ള തീപ്പൊരി. ശുദ്ധീകരണത്തിന്റെ സമയം സമാഗതമാകും. ഞാനല്ലെങ്കിൽ മറ്റൊരാൾ. വരും; വരാതിരിക്കില്ല.....”

“........നീയും ഒരിരയാണന്നെനിക്കറിയാം. ഉപജാപങ്ങളുടെ ഇര.”

അമൃതേശ്വരൻ മൗനിയായി. അയാൾ പറഞ്ഞത് ഗ്രഹിക്കാൻ കാളിയന് കഴിഞ്ഞില്ല. എങ്കിലും ആ വാക്കുകൾക്ക് അസാധാരണമായ മൂല്യമുണ്ടെന്ന് മനസ്സിലായി. അരികിലാണെങ്കിലും അടുക്കാൻ കഴിയാത്ത വിധം അകലമുണ്ട് തങ്ങൾക്കിടയിലെന്ന് കാളിയന് തോന്നി. അമൃതേശ്വരന്റെ മുഖഭാവത്തിൽ നിന്ന് അയാളിനി ഉടനെയൊന്നും സംസാരിക്കാൻ സാദ്ധ്യതയില്ലായെന്നും അയാൾ നിരൂപിച്ചു. കൂടുതലെന്തെങ്കിലും

ചോദിക്കാൻ കാളിയന് അപകർഷത തോന്നി.

അടിയന്തരസഭ ചേർന്നു.

മന്ത്രിമാരടക്കം പ്രധാനപ്പെട്ട എല്ലാവരുമുണ്ട്. തലേന്ന് കൊല്ലപ്പെട്ട ഭടന്മാരുടെ ശവശരീരങ്ങൾ രഹസ്യമായി രാത്രിതന്നെ ശ്മശാനത്തിലേക്ക് മാറ്റിയിരുന്നു. നയപരമായി കലാകാരന്മാരെയും മടക്കി. യോഗത്തിൽ ഔപചാരികത ഒന്നുമുണ്ടായില്ല. പ്രധാനസചിവനാണ് ആദ്യം സംസാരിച്ചത്: "ഒരിക്കലും അരുതാത്ത കുത്സിതപ്രവൃത്തിയാണ് സംഭവിച്ചിരിക്കുന്നത്. വൈശാഖിവംശത്തിന്റെ ജീവഗ്രന്ഥത്തെ അഗ്നിക്കിരയാക്കുക എന്നതിനർത്ഥം നമ്മുടെ വംശത്തെയും, വിശ്വാസത്തെയും സമൂലനാശം വരുത്തുക എന്നുതന്നെ. അക്ഷന്തവ്യമായ തെറ്റ്. ശത്രുക്കൾപോലും ഇത്തരമൊരു ദുഷ്പ്രവൃത്തി ചെയ്തിട്ടില്ല. കൂടാതെ ഇരുപത്തിയാറ് ഭടന്മാരെയും, ഒരു മന്ത്രിയേയുമാണ് നിമിഷനേരങ്ങൾകൊണ്ട് കുമാരൻ കൊന്നുതള്ളിയത്. രാജ്യത്തിന്റെ അനന്തരവകാശിയാണ് ഈ ഘോരകൃത്യങ്ങൾ ചെയ്തിരിക്കുന്നുവെന്നത് തെറ്റിന്റെ ഗൗരവം വർദ്ധിപ്പിക്കുന്നതേയുള്ളൂ. അയാൾ ദയ അർഹിക്കുന്നേയില്ല. വധശിക്ഷപോലും കുറഞ്ഞുപോകും എന്നതാണ് അപഗ്രഥിക്കുമ്പോൾ എനിക്ക് തോന്നിപ്പോകുന്നത്."

രണ്ടാംമന്ത്രി :

"ഇരുപത്തിയേഴല്ല കുലത്തിലെ മുഴുവൻ മനുഷ്യജീവനേക്കാൾ മൂല്യമുള്ളതാണ് കമ്പപ്പോൽഗ്രന്ഥം. ഗ്രന്ഥത്തെ നിന്ദിച്ച ആൾക്ക്, അയാൾ എത്ര ഉന്നതശ്രേണിയിലിരിക്കുന്ന ആളാണെങ്കിൽക്കൂടി ഗ്രന്ഥം വിവക്ഷിക്കും വിധം മാതൃകാപരമായി ശിക്ഷിക്കണം എന്നു ഞാനഭിപ്രായപ്പെടുന്നു."

മൂന്നാമനെഴുന്നേറ്റു:

"ഞാനും ഇതേ അഭിപ്രായങ്ങളോട് യോജിക്കുന്നു. ഇതിന്മേലുള്ള അന്തിമവിധി പ്രഖ്യാപിക്കേണ്ടത് കമ്പപ്പോലിന്റെ വ്യാഖ്യാനങ്ങളറിയാവുന്ന രാജഗുരുവാണ്."

നാലാമനും, അഞ്ചാമനും അതുതന്നെ ആവർത്തിച്ചു.

സദസ്സ് മൂകമായി. തലേന്നത്തെ സംഭവവികാസങ്ങളുടെ ഞെട്ടലിൽ നിന്നാരും മുക്തരായിരുന്നില്ല. രാജഗുരു എഴുന്നേറ്റു:

"രാജ്യം അപ്രതീക്ഷിതമായി മറ്റൊരു പ്രതിസന്ധിയിലേക്ക്. നിയുക്തരാജാവായിരുന്ന അമൃതേശ്വരൻ ഇനിയൊരു തിരിച്ചുവരവ് സാദ്ധ്യമാകാത്തവിധം സ്വചെയ്തികളാൽ രാജപദവിയിൽനിന്ന് നിഷ്കാസിതനായിരിക്കുന്നു. മരണശിക്ഷയേക്കാൾ കുറഞ്ഞതൊന്നും അയാളർഹിക്കുന്നില്ല. അതിൽ തന്നെ കുറ്റത്തിന്റെ തീവ്രത കണക്കിലെടുക്കുമ്പോൾ ചിത്രവധമോ, പ്രായോപവേശമോ ആയിരിക്കും ഗണിക്കപ്പെടുക. പക്ഷേ അതിന് മുമ്പ് അമൃതേശ്വരനുമായി നാമൊരിക്കൽക്കൂടി സംവദിക്കേണ്ടതുണ്ട്. ചിത്തഭ്രമമോ മറ്റോ സംഭവിച്ചതാണെങ്കിൽ? രാജകുമാരനായതിനാൽ ആ ഒരു പരിഗണന അയാൾക്ക് നല്കാം. അയാളുടെ നിലപാടു

കൾ കൂടി കേട്ടശേഷം തുടർനടപടികളുമായി മുന്നോട്ട് പോകാം.”

പ്രധാനസചിവൻ അപ്പോൾ തന്നെ തടവറയിൽനിന്ന് അമൃതേശ്വ രനെ എത്തിക്കാനുള്ള കല്പനകൊടുത്തു.

ഭടന്മാർ ചങ്ങലയിൽ ബന്ധിച്ച് സഭാസമക്ഷം അമൃതേശ്വരനെ ഹാജ രാക്കി. ഇന്നലെ ഘോരമാമൊരാക്രമണം നടന്നിട്ടും ആ ശരീരത്തിലെ വിടെയും ഒരു പോറലുപോലുമേറ്റിട്ടില്ലായെന്ന് എല്ലാവരും അത്ഭുതപ്പെ ട്ടു. സഭാമണ്ഡപത്തിൽ അമൃതേശ്വരൻ ഒരു യോദ്ധാവിന്റെ വർദ്ധിതവീ ര്യത്തോടെ അചഞ്ചലനായി നിന്നു. അത്യന്തം തീക്ഷ്ണമായ ആ കണ്ണു കളിൽ നിന്നു തന്നെ ആ അന്തഃരംഗം രാജഗുരു വായിച്ചെടുത്തു. എങ്കിലും രാജഗുരു ശാന്തമായി ചോദ്യങ്ങളാരംഭിച്ചു:

“മതിഭ്രമത്തിന്റെ പാരമ്യത്തിൽ അബോധമായി സംഭവിച്ച ചെയ്തി കളാണ് താങ്കളുടേത് എന്ന് സഭ കരുതുന്നു. എന്ത് പറയുന്നു?”

“മതിഭ്രമമുണ്ടായിരുന്നു മുമ്പ്, കമ്പപ്പോലിന്റെ വ്യാഖ്യാനം എന്ന രീതിയിൽ താങ്കളോതിത്തന്ന പടുതികൾക്ക് മുന്നിൽ തല കുനിക്കു മ്പോൾ. മതിഭ്രമത്തിൽ നിന്ന് സ്വബോധത്തിലേക്ക് തിരിച്ചുവന്നപ്പോഴാണ് ഞാനാഗ്രന്ഥം കത്തിച്ചാമ്പലാക്കിയത്.”

“അപ്പോൾ ചെയ്തുപോയതിൽ പശ്ചാത്തപിക്കുന്നില്ല.” രാജഗുരു ചോദിച്ചു.

“മുഴുവൻ പൂർത്തീകരിക്കാൻ കഴിയാത്തതിലുള്ള ഖേദമേയുള്ളു.” അമൃതേശ്വരൻ തിരിച്ചടിച്ചു.

“ഇത് വിസ്താരമാണ്. വാക്കുകൾ സൂക്ഷിച്ചുപയോഗിക്കുക.” രാജ ഗുരു ഓർമ്മിപ്പിച്ചു.

അമൃതേശ്വരനതിന് മറുപടി പറഞ്ഞില്ല.

“കുലംകുത്തികൾക്കുള്ള കർമ്മഫലം എന്തായിരിക്കുമെന്ന് തിട്ടപ്പെ ടുത്തിയിട്ടുതന്നെയാണോ ഈ ഉദ്ഘോഷങ്ങൾ.” രാജഗുരു വീണ്ടും ചോദിച്ചു.

“മരണശിക്ഷയായിരിക്കാം ഉദ്ദേശിച്ചത്. വധിക്കാം, പക്ഷേ, ഞാൻ കൊളുത്തിയ തീനാളം അതാളിപടരുകതന്നെ ചെയ്യും. ഏറ്റവും അടി ത്തട്ടിൽനിന്നും സഞ്ചിതശക്തിയുമായി അവർ വരും. വിചാരണ ചെയ്യ പ്പെടും നിങ്ങളും, കമ്പപ്പോൽ ഗ്രന്ഥവും. എത്ര വലിയ കവചമൊരുക്കി യാലും കമ്പപ്പോൽ നശിപ്പിക്കപ്പെടുകതന്നെ ചെയ്യും. അധികാരമോ, ധന മോ, സൈന്യമോ അല്ല; മനുഷ്യത്വമാണ് പുരോഹിതാ ഏറ്റവും വലിയ വരദാനം.”

“ഇങ്ങനെ അധഃപതിക്കാൻ മാത്രം എന്തുപറ്റി താങ്കൾക്ക്? മന്മഥ ത്തിലേക്കുള്ള യാത്രയാണോ ഈ മനംമാറ്റത്തിന് കാരണം.” പ്രധാന സചിവൻ ചോദിച്ചു.

“ഓർക്കുക, കമ്പപ്പോൽ വിശ്വാസികൾക്ക് വരാൻ പോകുന്നത് ഭ്രംശ ത്തിന്റെ നാളുകൾ.” അമൃതേശ്വരൻ പരിഹസിച്ചു: “നിങ്ങൾ പോയി കർമ്മഫലങ്ങൾക്കുള്ള കാര്യങ്ങളൊരുക്കൂ.”

പ്രതിവാദങ്ങൾ കേട്ട് സഹിഷ്ണുത നശിച്ച സഭാംഗങ്ങൾ ബഹളം വച്ചെഴുന്നേറ്റു:

"വീണ്ടും വീണ്ടും നമ്മുടെ പൈതൃകത്തെയും, ഗ്രന്ഥത്തെയും അപമാനിക്കുന്നു ഈ കുലദ്രോഹി. ഇയാൾക്കുള്ള ശിക്ഷാനടപടികൾ യുദ്ധകാലാടിസ്ഥാനത്തിൽ നടപ്പാക്കണം. അല്ലെങ്കിൽ ഈ വ്രണം ചീഞ്ഞുനാറും. അതനുവദിച്ചുകൂടാ."

സഭ ശബ്ദമുഖരിതമായി.

മറ്റൊരു ശ്രമംകൂടി വിഫലമായ തിരിച്ചറിവിൽ രാജഗുരുവും, പ്രധാന സചിവനും പരസ്പരം നോക്കി. അവരുടെ മുഖങ്ങളിൽ കാളിമ പടർന്നു. രാജഗുരു പ്രധാനസചിവനോടെന്തോ മന്ത്രിച്ചു. പ്രധാനസചിവന്റെ പ്രഖ്യാപനം:

"അമൃതേശ്വരന് വധശിക്ഷ. സമയവും, രീതിയും ഉടനെ അറിയിക്കും. സഭ പിരിയുന്നു."

## ഇരുപത്തിയഞ്ച്

**മു**മ്പേ സ്ഥൈര്യം ആർജ്ജിച്ചിരുന്നു. വധശിക്ഷയിൽ കുറഞ്ഞൊന്നും അമൃതേശ്വരൻ പ്രതീക്ഷിച്ചിരുന്നില്ല. അതുകൊണ്ട് വിധി കേട്ടപ്പോൾ ഒന്നും തോന്നിയില്ല. ഞെട്ടിയതും, നിരാശരായതും വിധികർത്താക്കൾ തന്നെ.

മരണശിക്ഷ വിധിച്ചതിനാൽ അമൃതേശ്വരനെ ഏകാന്തകാരാഗൃഹത്തിലേക്ക് മാറ്റിയിരുന്നു. പണ്ട് യുദ്ധം വിനോദമാക്കിയിരുന്ന കാലത്ത് അമൃതേശ്വരന്റെ പിതാവ് യുദ്ധത്തടവുകാർക്ക് നിരനിരയായി പണിത കാരാഗൃഹങ്ങളിലൊന്ന്. തടവറയിലെ ചുമരുകളിൽ വധശിക്ഷാർഹരായ ആരൊക്കെയോ ചോരകൊണ്ട് കുറിച്ചിട്ട വിചിത്രമായ വാക്യങ്ങളുണ്ടായിരുന്നു. ഭീതിയിൽ, നിരാലംബതയിൽ തടവുകാരന്റെ അവസാനത്തെ ആശ്രയമാണ് വാക്കും, വരയും. മരണത്തിന് തൊട്ടുമുമ്പുള്ള നിറഞ്ഞ നിമിഷത്തിന്റെ ദാർശനികതയും, തെളിച്ചവും അപ്പോൾ കൈവരും. ഇന്ന് നികുംഭിലാദേവിയുടെ നീരാഞ്ജനത്തിൽ ചൊല്ലുന്ന പ്രാർത്ഥനാഗീതം പട്ടിണി കിടന്ന് മരിക്കുന്നതിന് മുമ്പ് (അതും ഒരു ശിക്ഷാരീതിയാണ്) ഒരു യാചകൻ കല്ലിൽ കോറിവച്ച തീവ്രപ്രാർത്ഥനയായിരുന്നു. അയാൾ നിരപരാധിയായിരുന്നിരിക്കണം. സഹൃദയനായ ആരോ ഒരാൾ പില്ക്കാലത്ത് അതിലെ ഭക്തിയും, ശോകവും കണ്ടെത്തി പ്രചരിപ്പിച്ചു. കാവ്യം അനശ്വരമായി.

മനസ്സ് എത്ര വിചിത്രമായ പ്രതിഭാസമാണ്. ഈ പ്രപഞ്ചത്തോളം വൈവിദ്ധ്യം പേറുന്നുണ്ടത്. അല്ലെങ്കിൽ എങ്ങനെ ഉറ്റവരാൽ മരണം സുനിശ്ചിതമായി കഴിഞ്ഞിരിക്കുന്ന ഈ അവസരത്തിലും നിർഭയനായിരിക്കാൻ തനിക്ക് കഴിയുന്നു! ദേഹം അഴുകി തീരാവേദന തിന്നുന്ന ഒരു കുഷ്ഠരോഗി തഥാവസ്ഥയോട് പൊരുത്തപ്പെടുന്നതെങ്ങനെ? യുദ്ധാനന്തരം സിംഹാസനം നഷ്ടപ്പെട്ട് നിർഭാഗ്യവശാൽ ശത്രുരാജ്യത്തിന്റെ

ആശ്രിതനോ, അടിമയോ, പരിചാരകനോ ആയിത്തീരുന്ന ഒരു രാജാവ് എങ്ങനെ ശിഷ്ടജീവിതത്തോട് സമരസപ്പെടുന്നു! ജീവിതകാലമത്രയും സ്വന്തം പതിയിൽനിന്ന് വിദഗ്ദ്ധപൂർവ്വം ജാരരഹസ്യം സൂക്ഷിച്ചെടുക്കുന്ന ഒരുവൾ!

എന്താണിതിന്റെയൊക്കെ അടിസ്ഥാനം?

ജീവിതത്തിന്റെ സുരക്ഷിതമായ ചട്ടക്കൂടിനകത്തുനിന്ന് ഒരുവൻ കാണുന്ന അപരന്റെ ദുരിതം ദൗർഭാഗ്യകരവും, ദയനീയവുമാണ്. അയാളുടെ വീക്ഷണത്തിനൊരിക്കലും മാറ്റം വരുന്നില്ല. പക്ഷേ, അനുഭവസ്ഥൻ വിധിയെ ജയിക്കുന്നുണ്ട്. ദുർബ്ബലൻ സംവേദനത്തിന്റെ തഴക്കംകൊണ്ടും, വിജ്ഞൻ ധിഷണയുടെ തിളക്കംകൊണ്ടും.

നമുക്കജ്ഞാതമായ സാധാരണ പ്രപഞ്ചദൃഷ്ടാന്തങ്ങളെത്രയോയുണ്ട്!

ഒരു വിത്തെങ്ങനെ മുളയ്ക്കുന്നു. ഒരു മുറിവെങ്ങനെ ഉണങ്ങുന്നു. ജഡമെങ്ങനെ അഴുകുന്നു. വിണ്ണിൽ തുലനം ചെയ്ത് ചാർത്തിനിർത്തിയിരിക്കുന്ന കോടികോടി നക്ഷത്രങ്ങൾ! മഹാസാഗരങ്ങൾ! അഗ്നി! വരുണം......!

വിധാതാവേ, നിന്റെ ചാതുര്യത്തെ നമിച്ചോട്ടെ.
നീ തന്നെ കൃതഹസ്തനായ പെരുംശില്പി!
നീ തന്നെ സർഗ്ഗധനനായ ചിത്രകാരൻ!
നാസ്തികാ, നീയാണേറ്റവും വലിയ വിഡ്ഢി,
നീയാണ് ലോകത്തിലേറ്റവും പരമമൂഢൻ!!

ശിക്ഷാവിധിയുടെ പിറ്റേന്ന് രാജഗുരു ഒറ്റയ്ക്ക് തടവറയിലേക്ക് വന്നു. കഴിഞ്ഞ നാല്പതിലേറെ വർഷമായി ഏവരാലും പൂജ്യനായി ഗുരുപദത്തിൽ തുടരുന്നയാൾ. കമ്പപ്പോലിന്റെ ജിഹ്വ, ഇപ്പോൾ കർമ്മം പിഴച്ച ഖിന്നൻ.

മുഖത്തുനിന്ന് അമൃതേശ്വരന്റെ മാറിൽ പതിപ്പിച്ച വ്യാളീമുഖമുദ്രയിലേക്ക് രാജഗുരുവിന്റെ നോട്ടം നീങ്ങി.

"എന്തു തോന്നുന്നു?" രാജഗുരു ചോദിച്ചു.

"ജ്ഞാനം." അമൃതേശ്വരന്റെ മറുപടി.

"പരിഹസിക്കുകയാണോ?"

"അല്ല."

"മനംമാറ്റമില്ല."

"ഒരിക്കലും"

രാജഗുരു പുച്ഛിച്ച് ചിരിച്ചു:

"കഴിഞ്ഞ തലമുറയിൽ കുമാരനേക്കാൾ ജ്ഞാനിയായ ഒരു വിദ്വാനുണ്ടായിരുന്നു. സ്വാർത്ഥലാഭത്തിന് വേണ്ടി പൗരോഹിത്യം വിളക്കിയെടുത്ത കല്പിതങ്ങളാണ് കമ്പപ്പോലെന്ന് അയാൾ വാദിച്ചു. പരിഷ്കരിക്കാൻ അവതാരമായി സ്വയം മുന്നിട്ടിറങ്ങി. പ്രഭാഷണങ്ങൾ നടത്തി. ഓലകളെഴുതി. വിഫലശ്രമങ്ങൾക്കൊടുവിൽ തോറ്റ് തുന്നംപാടിയ ആ മഹത്ജന്മം ഇന്നും ജീവിക്കുന്നുണ്ട്. അതാരാണെന്നറിയാമോ...? "

"....സുകേതുരാമൻ; കുമാരന്റെ വലിയച്ഛൻ! "

ക്ഷണനേരംകൊണ്ട് വൻഗർത്തങ്ങൾ സ്ഫോടനത്തോടെ പർവ്വതങ്ങളായി രൂപപ്പെടുന്നതുപോലെയുള്ള അനുഭവമായി അമൃതേശ്വരനത്. വിഭ്രാന്തി പരത്തുന്ന കൗതുകകരവും ഭയജനകവുമായ കാഴ്ചയാണത്. പ്രകോപിപ്പിക്കാൻ രഹസ്യങ്ങളുടെ കല്ച്ചീളുകളെറിഞ്ഞ് രാജഗുരുവിതാ വിസ്മയിപ്പിക്കുന്നു. പതിതനും, അപ്രധാനനുമായ വലിയച്ഛൻ വെളിപ്പെടുന്നു. അദ്ദേഹം രാജകീയം ത്യജിച്ചതല്ല, ഭ്രഷ്ടായതാണ്. മുൻ തലമുറയിലെ പോരാളി !

പിന്നീടുള്ള രാജഗുരുവിന്റെ വാക്കുകൾ അമൃതേശ്വരന് ഉന്മാദമായി. അവസാനിച്ചു എന്ന് കരുതിയിരുന്ന സന്ധികളിൽനിന്ന് വീണ്ടും കൈവഴികൾ രൂപപ്പെടുന്നു, വേദനാജനകമാണെങ്കിലും അറിവിന്റെ അജ്ഞാതമായ ഖനികളിലേക്ക്.

“ജന്മസിദ്ധമായ വരദാനങ്ങൾ കമ്പപ്പോലിനെ ധ്വംസിക്കാനുപയോഗിച്ച് വിനാശം സ്വയം ഇരന്നുവാങ്ങിയ ധിക്കാരി. നിന്ദയ്ക്ക് നിർവ്വചിക്കപ്പെട്ട ശിക്ഷ: ഭരണകൂടം അയാളുടെ ചിന്താമണ്ഡലം ശിഥിലമാക്കി. നിർമ്മാണപരമല്ലാത്ത സർഗ്ഗാത്മകതയുമായി നിമിഷങ്ങളെ യുഗങ്ങളാക്കുന്ന ഭീകരമായ ഏകാന്തതയും പേറി അയാളിന്നും മരിച്ചു ജീവിക്കുന്നു. ചരിത്രം വീണ്ടുമാവർത്തിക്കുന്നു. കുമാരനും ഇന്നതേ പാതയിൽ. എത്ര ഗാഥകൾ ഞാൻ ചൊല്ലി, എത്ര പാഠങ്ങൾ പകർന്നു നല്കി. എന്നിട്ടും, സ്വയം അസ്പശ്യനായി ഇരുളടഞ്ഞ മോചനമില്ലാത്ത അഗാധതയിലേക്ക് നീ നിപതിച്ചിരിക്കുന്നു. എല്ലാ ശക്തികളും ഇനി നിനക്കെതിരെ. കുമാരൻ വിഭാവനം ചെയ്യുന്ന ലോകം യാഥാർത്ഥ്യത്തിന്റേതല്ല. സത്യം തുറന്ന് പറയൂ. ഇപ്പോഴെന്തു തോന്നുന്നു.”

“വസ്തുതകൾ വെളിപ്പെടുത്തിയതിന് നന്ദി. മരണം എന്നെ ഭയപ്പെടുത്തുന്നില്ല എന്നതാണ് വാസ്തവം. ഞാനൊരു യോദ്ധാവാണ്; ഭൗതികമായും, ബൗദ്ധികമായും. കാലം കർമ്മത്തിന് ഫലം നല്കുമെന്ന് ഞാനും ഉറച്ച് വിശ്വസിക്കുന്നു.”

രാജഗുരു എന്തോ ആലോചിച്ചു. ശേഷം ഒരനുഗ്രഹരൂപത്തിൽ അദ്ദേഹം പഴയ ശിഷ്യനോട് പറഞ്ഞു:

“നിന്റെ ധൈര്യം ചോർന്നുപോകാതിരിക്കട്ടെ എന്ന് ഞാനാശംസിക്കുന്നു.”

ഒരു പ്രാർത്ഥനയെന്നോണം അദ്ദേഹം മുകളിലേക്ക് നോക്കി. പിന്നെ പുറത്തേക്ക് നടന്നു.

അമൃതേശ്വരനൊരു ഉറപ്പ് തോന്നി. അത്ഭുതമവസാനിച്ചിട്ടില്ല!

രക്തവാഹിയായ ചൈതന്യം അതെന്തോ തേടുന്നുണ്ട്. തീർച്ച!

## ഇരുപത്തിയാറ്

**ഇ**ന്നലെ വിചിത്രമായ സ്വപ്നങ്ങൾ കണ്ടിരുന്നു. സ്വപ്നം ഒരു മാധ്യമമാണ്. മിഥ്യയെന്ന് പറയുമെങ്കിലും ചിലപ്പോഴെങ്കിലും സ്വപ്നങ്ങൾ നിർണ്ണായകമായൊരു സന്ദേശത്തിന്റെ സൂചകങ്ങളാകാറുണ്ട്. വ്യക്ത

മാവാൻ ഗണിതം കുരുക്കഴിക്കുന്നതുപോലെ അത് വിപുലീകരിക്കണം.

അത്തരം ധ്യാനാത്മകമായൊരു സ്വപ്നസംസർഗ്ഗത്തിന്റെ ഭാഗധേയങ്ങൾക്കൊടുവിലാണ് അമൃതേശ്വരൻ തീർപ്പിലെത്തിയത്. തീരുമാനം ഇതായിരുന്നു: വധശിക്ഷ ഉടൻ നടപ്പിലാകും. അതിന് മുമ്പ് ചട്ടപ്രകാരം ഭരണകൂടം അന്ത്യാഭിലാഷമാരായും. ഒരുദിവസം വലിയച്ഛനൊപ്പം ഒന്നിച്ചു കഴിയണമെന്നാണാഗ്രഹമെന്നപ്പോൾ വെളിപ്പെടുത്താം. വലിയച്ഛനെ കാണണമെന്ന് അദമ്യമായി മോഹിക്കുമ്പോൾ തിരിച്ചദ്ദേഹവും തന്നെ കാംക്ഷിക്കുന്നുണ്ടെന്നതായിരുന്നു ദർശനം.

ആ തീരുമാനം മനസ്സിലുറപ്പിച്ചതിന്റെ അടുത്ത നിമിഷം പുറത്തെവിടെനിന്നോ ശംഖൊലി കേട്ടു. അതയാളുടെ നിശ്ചയങ്ങൾക്ക് ആശിസ്സായി പരിണമിച്ചു.

ചോദ്യങ്ങൾ കൃത്യമായി നാം നമ്മുടെ അന്തരാത്മാവിനോടുതന്നെ ചോദിച്ചാൽ സർവ്വതിനും ഉത്തരമുണ്ട്. എല്ലാ സ്വാഭാവിക രോഗങ്ങൾക്കും രോഗിയുടെ ശരീരത്തിൽ തന്നെ പ്രതിവിധിയുള്ളതുപോലെ എല്ലാ സന്ദേഹങ്ങൾക്കും നമ്മിൽ തന്നെ തീർപ്പുകളുമുണ്ട്. ചോദ്യങ്ങൾ സത്യസന്ധമായിരിക്കണം, ചിത്തം നമ്മുടെ അധീനതയിലുമായിരിക്കണം. നമ്മെ നശിപ്പിക്കാൻ കാമഭയക്രോധാദികൾ പോലുള്ള ദുർവ്വികാരങ്ങളെത്രയോ ഉണ്ട്. അവയ്ക്കടിമപ്പെട്ടാൽ ദൈവീകതയും, ആത്മീയതയും അപ്രത്യക്ഷമാകുന്നു. അവിടേക്ക് അന്ധത പടരുന്നു. ഫലമോ പാമരത്വം. പിന്നെ ചോദ്യം ചിത്തത്തിലേക്ക് ആവേശിക്കാൻ ചാലകമില്ലാതെ നഷ്ടപ്പെട്ടുപോകുന്നു.

രണ്ടുദിവസങ്ങൾ പിന്നിട്ടു.

ഒടുവിൽ അറിയിപ്പു വന്നു. ശിക്ഷ നാളെ നടപ്പിലാക്കുന്നു. കീഴ്വഴക്കപ്രകാരമുള്ള ചോദ്യമുണ്ടായി. അവർ പോയപ്പോൾ മുന്നിൽ മറ്റൊരു ചോദ്യമുയർന്നു: അമ്മയെ കാണണ്ടേ ?

നിന്റെ പിതാവ് മരണപ്പെട്ടതുപോലെ നിനക്ക് മാതാവും നഷ്ടപ്പെട്ടിരിക്കുന്നു.

രാജധാനിയിൽ കൂടിയാലോചനകൾ നടത്തി അമൃതേശ്വരന്റെ അഭിലാഷം പ്രാവർത്തികമാക്കിയപ്പോഴേക്കും വൈകുന്നേരമായി. ഓർക്കുക ഒരു രാത്രിയാണിനി അവശേഷിക്കുന്നത്! ആ സമയം വിനിയോഗിക്കുക. ഹൃദയത്തിൽനിന്ന് ഓർമ്മപ്പെടുത്തലുണ്ടായി. മുമ്പൊരിക്കൽ കുട്ടിക്കാലത്ത് ആരുമറിയാതെ കൗതുകത്തിന് വലിയച്ഛന്റെ ഗൃഹത്തിൽ ഒളിച്ചു കയറിയിട്ടുണ്ട്. വീണ്ടും സമയം കരഗതമായിരിക്കുന്നത് തന്റെ മരണത്തിന്റെ തലേന്നാൾ!

പുറത്ത് ഭടന്മാർ കാവലുണ്ടായിരുന്നു. വലിയച്ഛന്റെ മഠത്തിലേക്ക് നിലതാനത്തിൽനിന്ന് പടവുകൾ ഇറങ്ങണം. അമൃതേശ്വരൻ അകത്തേക്ക് കടന്നപ്പോൾ യന്ത്രമുക്തമായ വാതിലുകൾ സ്വയമടഞ്ഞു. അകത്ത് അരണ്ട വെളിച്ചമേയുണ്ടായിരുന്നുള്ളൂ. നേത്രങ്ങൾ പരിചയിച്ചപ്പോൾ ആ വെളിച്ചം നിലാവുപോലെ മനോഹരമായി തോന്നി.

സാന്നിദ്ധ്യമറിഞ്ഞ് വലിയച്ഛൻ തല്പത്തിൽ നിന്നെഴുന്നേറ്റു. അനിർവ്വചനീയനിമിഷങ്ങൾ..... അമൃതേശ്വരൻ വലിയച്ഛന്റെ പാദങ്ങളിൽ സാഷ്ടാംഗം നമസ്കരിച്ചു, നനുത്ത സ്പർശം സുകൃതംപോലെ തോന്നി. കണ്ണുകൾ നനഞ്ഞിരുന്നു. സങ്കടത്തേക്കാൾ, ആദരവും ആരാധനയുംകൊണ്ട്. ഗാഢമായൊരാശ്ലേഷണത്തിലേക്കാണ് ചരണങ്ങളിൽനിന്നമൃതേശ്വരനെഴുന്നേറ്റത്. എല്ലാ ഭാരവുമലിഞ്ഞു. മോക്ഷസങ്കല്പത്തിൽ ചിറകുള്ള വെളുത്ത കുതിരകളെ പൂട്ടിയ പുഷ്യരഥത്തിൽ വെള്ളിമേഘക്കീറുകളെ തലോടി താരസഞ്ചയങ്ങൾക്കിടയിലൂടെ അകലേക്ക്, ഉയരങ്ങളിലേക്ക് പരിലസിച്ചു. രക്തം രക്തത്തോട് കവിതകൾ പറഞ്ഞു.

നിർവൃതിയിൽ വലിയച്ഛന്റെ നിമന്ത്രണം കേട്ടു.

" നീ വരുമെന്നെനിക്കുറപ്പായിരുന്നു. നിന്റെയുള്ളിൽ അശനിപാതമുണ്ടെന്നറിഞ്ഞപ്പോൾ മുതൽ ഞാൻ കാത്തിരിക്കുകയായിരുന്നു."

ഗദ്ഗദംകൊണ്ടമൃതേശ്വരനാദ്യം വാക്കുകൾ കിട്ടിയില്ല. അയാൾ വിതുമ്പി:

"എല്ലാ സത്യവും ഞാനറിഞ്ഞു. തിരിച്ചറിയാൻ വൈകി. വലിയച്ഛൻ തന്നെയാണ് ഞാൻ. നമ്മൾ ഒരേ രക്തം പേറുന്നവർ. പക്ഷേ, വലിയച്ഛന് മരണത്തേക്കാൾ നീചമായ ശിക്ഷ."

"കരയരുത്. നോക്ക്, നീയെന്നെ സ്പർശിക്കുമ്പോൾ എന്റെ വിറയലും കിതപ്പും മാറിയിരിക്കുന്നു. എന്റെ വാക്കുകൾ സ്പഷ്ടവുമാണ്. നാല്പത്തിയാറ് വർഷം കഴിഞ്ഞു, ഞാനീ ഇരുട്ടറയിൽ തളയ്ക്കപ്പെട്ടിട്ട്. അവരെന്നെ കൊല്ലാതെ വിട്ടത് പ്രകൃതിയുടെ ഇടപെടലായിരുന്നു. ഞാൻ വധിക്കപ്പെട്ടിരുന്നെങ്കിൽ ഒരുപക്ഷേ, നാളെ നിന്റെ അവസാനത്തോടെ വിമോചനത്തിന്റെ തുടർച്ച അറ്റുപോകുമായിരുന്നു. നൂറ്റാണ്ടുകൾകൊണ്ട് ഉരുവമെടുത്ത കമ്പപ്പോൽ എത്ര ആസൂത്രിതവും ദുർഗുണവഹവുമാണെന്ന് നിനക്കറിയാമോ. വൈശാഖിവംശത്തെ ബാധിച്ച അർബ്ബുദമാണ് കമ്പപ്പോൽ. നമുക്കത് എന്നെന്നേക്കുമായ് എരിച്ചു കളയണം. അതൊരു യജ്ഞമാണ്. അസാമാന്യമായ ചില ഇച്ഛകൾ ഒരു മനുഷ്യായസ്സുകൊണ്ട് പൂർത്തിയാക്കാൻ കഴിയില്ല. അത് സഫലീകരിക്കാൻ തലമുറകളുടെ ജന്മങ്ങളാകുന്ന ചങ്ങല ആവശ്യമാണ്. ആ ചങ്ങലയിലെ രണ്ടു ജന്മത്തെ കണ്ണികളാണ് നമ്മൾ. പ്രസ്ഥാനങ്ങളുണ്ടാകുന്നത് അങ്ങനെയാണ്. നിസ്സാരരായ മനുഷ്യർക്കിത് മനസ്സിലാവില്ല.

ഞാനെന്റെ നിയോഗം തിരിച്ചറിഞ്ഞത് നിന്നേക്കാൾ ചെറുപ്പത്തിലായിരുന്നു. കമ്പപ്പോലിന്റെ നിഷ്ഠുരതകളെ തിരുത്താൻ ശ്രമിച്ച എനിക്ക് കിട്ടിയ പ്രാകൃതമായ ശിക്ഷ; എന്റെ ഗ്രാഹ്യം മറ്റുള്ളവരിലേക്ക് പടരാതിരിക്കാൻ എന്റെ ശേമുഷിയെ അവർ മെതിച്ചു. എന്നിൽനിന്നും പരമ്പരകൾ പൊട്ടിമുളയ്ക്കാതിരിക്കാൻ വേണ്ടി എന്നെ ഷണ്ഡനാക്കി. അന്ന് വൃഷണങ്ങളുടയ്ക്കുമ്പോഴുള്ള എന്റെ നിലവിളിയുടെ പ്രകമ്പനങ്ങൾ ഇന്നും ഈ കൊട്ടാരത്തിന്റെ അകത്തളങ്ങളിലലയുന്നുണ്ട്.

പക്ഷേ, ഞാൻ സാധനകൊണ്ട്, കുരുടൻ ഇരുട്ടിനെ വരുതിയിലാക്കുന്നതുപോലെ എന്നിലേക്കുതന്നെ പരമാവധി ഉൾവലിഞ്ഞ് ഇടമുറി

ഞ്ഞിരുന്ന എന്റെ ധിഷണയെ പുനരുജ്ജീവിപ്പിച്ചു. സമൂഹത്തിന് മുന്നിൽ ഞാൻ പാതി മരിച്ചവനെപ്പോലെ കിടന്നു. ഞാനെന്റെ മഹത്കർമ്മം അപ്പോഴും നിർബ്ബാധം ചെയ്യുന്നുണ്ടായിരുന്നു."

വലിയച്ഛൻ കിതച്ചു. ശ്വസനപ്രക്രിയ സുഗമമാകാൻ അദ്ദേഹം നിശ്ശബ്ദനായി. വാർദ്ധക്യത്തിലേക്ക് തന്റെ യുവത്വം കടം കൊടുക്കാനെന്നോണം വലിയച്ഛന്റെ കൈകളെ അമൃതേശ്വരൻ മുറുകെപിടിച്ചു. അയാളുടെ അന്തരംഗമുച്ചരിച്ചു:

"അമൂല്യമായ അറിവുകൾ എനിക്ക് പകർന്ന് തരൂ...തരൂ..."

നിലാവ് വർദ്ധിച്ചിരുന്നു.

വലിയച്ഛൻ തുടർന്നു:

"വിപരീതവശാൽ അസുരജാതികൾക്കും അപ്രമാദിത്വം കൈവരാറുണ്ട്. നൂറ്റാണ്ടുകളുടെ പാരമ്പര്യംകൊണ്ട് കമ്പപ്പോൽ വിധ്വംസകതയുടെ സർവ്വ കരുത്തും ആവാഹിച്ച് അനിഷേധ്യശക്തിയായി നിലകൊള്ളുന്നു. നാമതിനെ തലമുറകളുടെ പ്രയത്നംകൊണ്ട് നിർമ്മാർജ്ജനം ചെയ്യുമ്പോൾ പകരം വയ്ക്കാൻ പരിജ്ഞാനംകൊണ്ട് പടുത്ത, പിഴവുകളില്ലാത്ത പ്രായോഗികതയുടെ പ്രത്യയശാസ്ത്രം കൂടിവേണം. മറ്റൊരു ഗ്രന്ഥം – വിശുദ്ധഗ്രന്ഥം! അക്ഷരത്തെ ജയിക്കാൻ അക്ഷരത്തിനേ കഴിയൂ. കഴിഞ്ഞ നാല്പത്തിയാറ് വർഷം ഞാനത് രചിക്കുകയായിരുന്നു. പക്ഷേ....."

അദ്ദേഹം വാക്കുകൾ കിട്ടാതെ ക്ലേശിച്ചു.

അമൃതേശ്വരൻ വലിയച്ഛന്റെ മുന്നിൽ നിന്നെഴുന്നേറ്റു. അയാൾ തിലോദകം കിട്ടാത്ത പരിത്യാഗികളുടെ മുന്നാത്മാക്കളെ സ്മരിച്ചുകൊണ്ട് വലിയച്ഛന്റെ നെറ്റിയിൽ മുത്തമിട്ടു.

" ഇനി പറയൂ; മുഴുവൻ." അമൃതേശ്വരൻ വികാരഭരിതനായി.

വലിയച്ഛനെഴുന്നേറ്റു.

അദ്ദേഹം അമൃതേശ്വരനെയും കൂട്ടി പ്രാർത്ഥനായിടം പോലുള്ള ചെറിയൊരു അറയുടെ പടവുകൾ കയറി. തന്റെ കണ്ണുകൾ എപ്പോഴാണ് തമസ്സിനെ ജയിച്ചതെന്ന് അമൃതേശ്വരനറിഞ്ഞില്ല. ക്ഷേത്രത്തിനകത്ത് അയാൾ കണ്ടു: ചായങ്ങൾ, എഴുത്താണി, കുറിമാനം പൂർത്തീകരിച്ച് അടുക്കിവച്ചിരിക്കുന്ന കനപ്പെട്ട താളുകൾ – വിശുദ്ധഗ്രന്ഥം! അമൃതേശ്വരൻ ഗ്രന്ഥത്തെ വന്ദിച്ചു. സംവേദനംകൊണ്ട് രക്തവും അക്ഷരങ്ങളും തമ്മിലലിഞ്ഞു. അപ്പോൾ തർപ്പണം സ്വീകരിച്ച പിതൃക്കളുടെ ഉദ്ഘോഷം ആത്മാവിലറിഞ്ഞു. മഴപോലെ; യാഗഭൂമിയിൽ പെയ്യുന്ന തീർത്ഥവർഷം.

പരിമിതപ്പെട്ടു പോകുന്ന സമയത്തെക്കുറിച്ചവർ ബോധവാന്മാരായി.

അമൃതേശ്വരൻ വലിയച്ഛനോട് ചോദിച്ചു:

"എന്താണ് ഇനിയെന്റെ ഉദ്യമം?"

"ഈ ഗ്രന്ഥം അപൂർണ്ണമാണ്. ഇത് പൂർത്തീകരിക്കേണ്ടതും ക്രോഡീകരിക്കേണ്ടതും ഞാനല്ല. നമ്മുടെ അംശം പേറുന്ന മറ്റൊരാൾ! അയാളുടെ അഥവാ അവരുടെ വിജ്ഞാനവും, സർഗ്ഗവും, ദർശനവും

ഇതിൽ ചേരണം. എങ്കിലിത് കാലത്തെ അതിജീവിക്കുന്ന മഹാഗ്രന്ഥമായി തീരും. ഈ ഗ്രന്ഥം; പുതുപ്രസ്ഥാനം കമ്പപ്പോലിനെ നാമാവശേഷമാക്കും. വൈശാഖിവംശത്തെ മാത്രമല്ല, മനുഷ്യകുലത്തെ മുഴുവൻ ഇത് വിമലീകരിക്കും."

"അതിനിനി എന്താണ് വേണ്ടത്? "

"മറ്റൊരാൾ ജനിക്കണം. നിന്റെ രക്തത്തിൽനിന്ന്. ചിലപ്പോൾ അയാൾ അല്ലെങ്കിൽ അയാളിൽനിന്ന് മറ്റൊരാൾ!"

അമൃതേശ്വരന്റെ രാസചോദനാമണ്ഡലികളിൽ നിന്ന് കല്പനകൾ മുഴങ്ങി:

"ജനനം! മരണം!! നിയോഗം!!!"

ശയനമുറിയിലേക്ക് ചൂണ്ടി വലിയച്ഛൻ പറഞ്ഞു:

"അവിടെ എന്റെ വിശ്വസ്തയായ ദാസിയുണ്ട്. നീ നിന്റെ പരമലക്ഷ്യത്തെ സ്മരിച്ചുകൊണ്ട് അവളെ പ്രാപിക്കുക. നിന്റെ കർത്തവ്യം അവിടെ പൂർണ്ണമാകുന്നു. അവളീ കൊട്ടാരം വിട്ട് പോകും. സുരക്ഷിതയായി നിന്റെ അംശത്തെ പ്രസവിക്കും. അവനൊരിക്കൽ സ്വത്വം തേടി ഇവിടെ എത്തും. അന്ന് പ്രകൃതി നമുക്ക് അനുകൂലമായിരിക്കും. ഞാനവന് അടയാളങ്ങൾ നല്കും. അതുവരെ ഞാൻ മരിക്കില്ല. ഏകാന്തമായ ഈ കാരാഗാരത്തിൽ മൃത്യുവിന് കൊടുക്കാതെ ഞാനെന്റെ പ്രാണനെ മുറുകെ മുറുകെ പിടിക്കും. അവൻ വിശുദ്ധഗ്രന്ഥം പൂർത്തീകരിക്കും. ആ ഗ്രന്ഥം ചിതറിക്കിടക്കുന്ന സമാന്തരരെ ഏകോപിപ്പിക്കും. മഹാശക്തിയാകും. നമ്മൾ...... വീണ്ടും ജനിക്കും."

## ഇരുപത്തിയേഴ്

**ശ്മ**ശാന ഭൂമിയിൽ വട്ടം ചുറ്റി പറന്നിരുന്ന കഴുകൻ വൃക്ഷത്തിന്റെ ശിഖരത്തിലേക്കമർന്നു. ഒരു മുൻബോധംപോലെ പക്ഷി താഴേക്ക് നോക്കി. താഴെ കഴുമരവും തൂക്കുകയറും. തൂക്കുകയറിന്റെ ദീർഘവളയത്തിലൂടെ അത് കാഴ്ചകൾ കണ്ടു: ഒരു കൂട്ടം ആളുകൾ നടുവിൽ ഒറ്റയ്ക്കൊരു മനുഷ്യൻ.....

ആരാച്ചാർ കഴുത്തിൽ കുരുക്ക് മുറുക്കി.

അമൃതേശ്വരൻ മിഴികൾ പൂട്ടി :

"വിട. ഇത് അമൃതേശ്വരൻ എന്ന വ്യക്തിയുടെ അവസാനം മാത്രം. ഇനിയും ഇവിടെ ഒരുപാട് ചോര ചിന്തും. ഒടുവിൽ സാർവ്വലൗകികമായ മനുഷ്യത്വത്തിന്റെ ഗ്രന്ഥം പിറക്കും. വിമോചനത്തിന്റെ സമരം ജയിക്കും. മുമ്പേ, ഞാനവർക്ക് സ്തുതി പറയട്ടെ – കൂട്ടരെ, നിങ്ങൾക്ക് മംഗളം."

വരണ്ട ഭൂമിയിൽ പൊടിക്കാറ്റുയർന്നു.

കഴുകന്റെ ദൃഷ്ടിപഥം മാഞ്ഞു.

www.ingramcontent.com/pod-product-compliance
Lightning Source LLC
LaVergne TN
LVHW091118150826
845673LV00002B/890

* 9 7 8 9 3 8 5 0 4 5 1 6 5 *

9 789385 045165